ANG AKING MUNMANIWALAG KEIK MANIWALA AKLAT NG PAGLULUTO

Mula sa Mini Keik hanggang sa Masarap na Tart, Galugarin ang 100 Nakakatuksong Treat Mula sa Iyong Oven

Eva María Peña

Copyright Material ©2024

Lahat ng Karapatan ay Nakalaan

Walang bahagi ng aklat na ito ang maaasingsing gamimaniwala o ipadala sa anumang anyo o sa anumang paraan nang walang wastong nakasulat na pahintulot ng publisher at may-ari ng copyright, maliban sa mga maikling sipi na ginamit sa isang pagsusuri. Ang aklat na ito ay hindi dapat itusingsing na kapalit ng medikal, legal, o iba pang propesyonal na payo.

TALAAN NG MGA NILALAMAN

TALAAN NG MGA NILALAMAN 3
PANIMULA 6
MINI MGA TINAPAY 7
   1. Mini Limon Amapola Buto Mga tinapay 8
   2. Mini Banana Mani TinapayMga tinapay 10
   3. Mini Tsokolate Zucchini TinapayMga tinapay 12
   4. Mga Mini Mansanas Cinnamon Mga tinapay 14
   5. Mini Karota Keik Mga tinapay 16
   6. Mini Kalabasa TinapayMga tinapay 18
MINI SA S 20
   7. Mga Mini Mansanas Sa 21
   8. Mga Mini Kalabasa Sa 23
   9. Mga Mini Seresa Sa 25
   10. Mini Asulbaya Sa 27
   11. Mini Key Lime Sa 29
   12. Mga Mini Tsokolate Krema Sa 31
MINI KEIK 33
   13. Mini Victoria Espongha Keik 34
   14. Mini Limon Ambon Keik 36
   15. Mini Tsokolate Éclairs 38
   16. Mini Coffee Walnut Keik 40
   17. Mini Hapon Tsaa Keik 42
   18. Mini Karota Keik Kagat 45
   19. Mini Pulang pelusKeik 47
   20. Krema Puffs At Éclairs Singsing Keik 50
MINI TARTS 53
   21. Mini Mixed Baya Tarts 54
   22. Mini Tsokolate Mani mantikilyaTarts 56
   23. Mini Prutas Tarts 59
   24. Mini Limon Tartlets 61
   25. Mga Mini Tsokolate Ganache Tartlets 63
   26. Mini Raspbaya Pili Tartlets 65
   27. Mini Savory Quiche Lorraine Tartlets 68
KEIK POPS AT BOLA 71
   28. Funfetti Confetti Keik Pops 72
   29. Klasiko Vanilla Keik Pops 75
   30. Mga Bola ng Tsokolate Fudge Keik 78
   31. Limon Raspbaya Keik Pops 81

32. MGA BOLA NG PULANG PELUSKREMA KESO KEIK 84
33. MGA COOKIES AT KREMA KEIK POPS 87
34. MGA BOLA NG INASNAN CARAMEL KEIK 90
35. STRAWBAYA KESOKEIK KEIK BOLAS 93

MINI SANDWICHES 96
36. MGA MINI CAPRESE SANDWICH 97
37. MINI MANOK SALAD SANDWICH 99
38. MINI TURKEY AT CRANBAYA SANDWICH 101
39. MINI HAM AT KESO SLIDER 103
40. MINI VEGGIE CLUB SANDWICH 105

COOKIES 107
41. PRETZEL AT CARAMEL COOKIES 108
42. HEMP BUCKEYE COOKIE 110
43. KEIK MIX SANDWICH COOKIES 112
44. GRANOLA AT TSOKOLATE COOKIES 114
45. KEIK KAHON SUGAR COOKIES 116
46. GERMAN KEIK KAHON COOKIES 118

KREMA PUFFS 120
47. COCKTAIL KREMA PUFFS 121
48. MGA RASPBAYA KREMA PUFFS 123
49. HAZELNUT AT TOASTED MARSHMALLOW KREMA PUFFS 125
50. STRAWBAYA KREMA PUFFS 129
51. LIMON CURD KREMA PUFFS 132
52. HAZELNUT PRALINE KREMA PUFFS 134
53. ASULBAYA KREMA PUFFS 136
54. COCONUT KREMA PUFFS 138
55. ESPRESSO SARSA KREMA PUFFS 140
56. CHAI KREMA PUFFS 143
57. PILI KREMA PUFFS 146

ECLAIRS 148
58. MINI TSOKOLATE ECLAIRS 149
59. MGA COOKIES AT KREMA ÉCLAIRS 152
60. TSOKOLATE HAZELNUT ÉCLAIRS 155
61. KAHEL ÉCLAIRS 158
62. PASSION PRUTAS ÉCLAIRS 162
63. BUONG TRIGOPRUTASY ÉCLAIRS 165
64. PASSION PRUTAS AT RASPBAYA ÉCLAIRS 168
65. CAPPUCCINO ÉCLAIRS 172
66. PISTACHIO LIMON ÉCLAIRS 174
67. PINAKINTAB ÉCLAIRS NILAGYAN NG NUTS 179

MGA CROISSANT 182
68. MINI PILI CROISSANT 183
69. PINK ROSE AT PISTACHIO DIPPED CROISSANT 185

70. Lavender Honey Croissant	189
71. Rose Petal Croissant	191
72. Orange Blossom Croissant	193
73. Hibiscus Croissant	195
74. Mga Asulbaya Croissant	197
75. Mga Croissant ng Raspbaya	199
76. Mga Peach Croissant	201
77. Mixed Baya Croissant	203
78. Cranbaya At Orange Croissant	205
79. Mga Croissant ng Pinemansanas	207
80. Mga Plum Croissant	209
81. Mga Croissant ng Banana Eclair	211

CUPKEIKS & MUFFINS ... 213

82. Limon y Keik Mix Cupkeiks	214
83. Mga Tsokolate Caramel Cupkeik	216
84. Mud Sa Cupkeik	218
85. Keik Mix Kalabasa Muffins	220
86. Keik Mix Praline Cupkeiks	222
87. Piña Colada at Cupkeik	224
88. Seresa Cola Mini Keik	226
89. Mga Pulang pelusCupkeik	228
90. Mga Mansanas Sa Cupkeik	230
91. Makapangyarihan Mga Cupkeik ng Mouse	232

MGA BARS AT MGA PAPARADOR ... 234

92. Chess Bar	235
93. Mga Raspbaya at Tsokolate Bar	237
94. Keik Mix Seresa Bars	239
95. Tsokolate Layered Keik	241
96. Mga Potluck Bar	243
97. Daliri ng mantikilyaCookie Bars	245
98. Kahon ng Keik B ars	247
99. Infused Mani mantikilyaMga parisukat	249
100. Mga Caramel Walnut Bar	251

KONGKLUSYON ... 253

PANIMULA

Hakbang sa matamis at napakasarap na mundo ng pagluluto sa hurno gamit ang "Ang Aking Munmaniwalag Keik Maniwala Aklat Ng Pagluluto." Ang baking ay hindi lamang isang culinary art; ito ay isang mahiwagang paglalakbay na puno ng init, bango, at ang pangako ng kasiya-siyang indulhensiya. Sa aklat ng pagluluto na ito, inaanyayahan ka naming magsimula sa isang masarap na pakikipagsapalaran habang nag-e-explore kami ng kasiya-siyang hanay ng 100 hindi mapaglabanan na mga pagkain, lahat ay inihurnong hanggang sa perpekto sa iyong mapagkakatiwalaang lata ng keik.

Mula sa dekadenteng mga mini keik na pinalamutian ng mga swirls ng frosmaniwalag hanggang sa mga eleganteng tarts na puno ng mga seasonal na prutas, ang bawat recipe sa aklat ng pagluluto na ito ay ginawa upang pag-ibayuhin ang iyong pagkahilig sa pagluluto at matugunan ang iyong matamis na pananabik. Isa ka man na batikang panadero o baguhan na mahilig, makakahanap ka ng inspirasyon, patnubay, at kagalakan sa mga pahinang ito. Sa malinaw na mga tagubilin, kapaki-pakinabang na tip, at nakamamanghang pagkuha ng litrato, makadarama ka ng kumpiyansa habang ikaw ay naghahalukipkip, at nagluluto sa iyong paraan patungo sa culinary bliss.

Ang hamak na lata ng keik ay nagsisilbing canvas para sa aming mga culinary creations, na nag-aalok ng walang katapusang mga posibilidad para sa eksperimento at pagkamalikhain. Nagbe-bake ka man para sa isang espesyal na okasyon, isang maaliwalas na pagtitipon, o para lang magpakasawa sa iyong matamis na ngipin, mayroong isang masarap para sa bawat panlasa at bawat sandali. Kaya, painimaniwala muna ang iyong hurno, tipunin ang iyong mga sangkap, at sumisid tayo sa kaakit-akit na mundo ng pagluluto gamit ang " Ang Aking Munmaniwalag Keik Maniwala Aklat Ng Pagluluto " bilang aming gabay.

MINI MGA TINAPAY

1.Mini Limon Amapola Buto Mga tinapay

MGA INGREDIENTS:
- 1 tasang all-purpose na harina
- 1/2 kutsarita ng baking powder
- 1/4 kutsarita ng baking soda
- 1/4 kutsarita ng asin
- 1 kutsarang buto ng amapola
- 1/2 tasa uninasnan butter, pinalambot
- 3/4 tasa ng butil na asukal
- 2 malalaking itlog
- 1 kutsarang limon zest
- 1/4 tasa sariwang limon juice
- 1/4 tasa ng buttermilk
- 1/2 kutsarita vanilla extract

MGA TAGUBILIN:
a) Painimaniwala muna ang iyong oven sa 350°F (175°C). Mga mini loaf pans ng mantika at harina.
b) Sa isang katamtamang mangkok, haluin ang harina, baking powder, baking soda, asin, at mga buto ng amapola.
c) Sa isang malaking mangkok, pagsamahin ang mantikilya at granulated sugar hanggang sa magaan at malambot.
d) Talunin ang mga itlog, isa-isa, pagkatapos ay ihalo ang limon zest, limon juice, buttermilk, at vanilla extract.
e) Dahan-dahang idagdag ang mga tuyong sangkap sa mga basang sangkap, paghahalo hanggang sa pagsamahin lamang.
f) Hatiin ang batter nang pantay-pantay sa mga inihandang mini loaf pan.
g) Maghurno sa preheated oven sa loob ng 20-25 minuto, o hanggang sa malinis na lumabas ang isang toothpick na ipinasok sa gitna.
h) Hayaang lumamig ang mga maniwalaapay sa mga kawali sa loob ng 10 minuto, pagkatapos ay ilipat ang mga ito sa isang wire rack upang ganap na lumamig.

2. Mini Banana Mani TinapayMga tinapay

MGA INGREDIENTS:
- 1 1/2 tasa ng all-purpose na harina
- 1 kutsarita ng baking soda
- 1/4 kutsarita ng asin
- 1/2 tasa uninasnan butter, pinalambot
- 1/2 tasa ng butil na asukal
- 2 malalaking itlog
- 1 kutsarita vanilla extract
- 3 hinog na saging, minasa
- 1/2 tasa maniwalaadtad na mga walnuts o pecans

MGA TAGUBILIN:
a) Painimaniwala muna ang iyong oven sa 350°F (175°C). Mga mini loaf pans ng mantika at harina.
b) Sa isang medium na mangkok, haluin ang harina, baking soda, at asin.
c) Sa isang malaking mangkok, pagsamahin ang mantikilya at granulated sugar hanggang sa magaan at malambot.
d) Talunin ang mga itlog, isa-isa, pagkatapos ay ihalo ang vanilla extract at mashed na saging.
e) Dahan-dahang idagdag ang mga tuyong sangkap sa mga basang sangkap, paghahalo hanggang sa pagsamahin lamang.
f) Tiklupin ang mga maniwalaadtad na mani.
g) Hatiin ang batter nang pantay-pantay sa mga inihandang mini loaf pan.
h) Maghurno sa preheated oven sa loob ng 25-30 minuto, o hanggang sa malinis na lumabas ang isang toothpick na ipinasok sa gitna.
i) Hayaang lumamig ang mga maniwalaapay sa mga kawali sa loob ng 10 minuto, pagkatapos ay ilipat ang mga ito sa isang wire rack upang ganap na lumamig.

3. Mini Tsokolate Zucchini Tinapay Mga tinapay

MGA INGREDIENTS:
- 1 tasang all-purpose na harina
- 1/4 tasa ng unsweetened cocoa powder
- 1/2 kutsarita ng baking soda
- 1/4 kutsarita ng baking powder
- 1/4 kutsarita ng asin
- 1/2 tasa ng butil na asukal
- 1/4 tasa ng brown sugar
- 1/4 tasa ng langis ng gulay
- 1 malaking itlog
- 1 kutsarita vanilla extract
- 1 tasa ng gadgad na zucchini, kinatas upang alisin ang labis na kahalumigmigan
- 1/2 tasa semi-sweet tsokolate chips

MGA TAGUBILIN:
a) Painimaniwala muna ang iyong oven sa 350°F (175°C). Mga mini loaf pans ng mantika at harina.
b) Sa isang medium na mangkok, haluin ang harina, cocoa powder, baking soda, baking powder, at asin.
c) Sa isang malaking mangkok, haluin ang granulated sugar, brown sugar, vegetable oil, egg, at vanilla extract hanggang sa maayos na pagsamahin.
d) Dahan-dahang idagdag ang mga tuyong sangkap sa mga basang sangkap, paghahalo hanggang sa pagsamahin lamang.
e) Tiklupin ang gadgad na zucchini at tsokolate chips.
f) Hatiin ang batter nang pantay-pantay sa mga inihandang mini loaf pan.
g) Maghurno sa preheated oven sa loob ng 25-30 minuto, o hanggang sa malinis na lumabas ang isang toothpick na ipinasok sa gitna.
h) Hayaang lumamig ang mga maniwalaapay sa mga kawali sa loob ng 10 minuto, pagkatapos ay ilipat ang mga ito sa isang wire rack upang ganap na lumamig.

4.Mga Mini Mansanas Cinnamon Mga tinapay

MGA INGREDIENTS:
- 1 tasang all-purpose na harina
- 1/2 kutsarita ng baking powder
- 1/4 kutsarita ng baking soda
- 1/4 kutsarita ng asin
- 1 kutsarita ng giniling na kanela
- 1/4 tasa uninasnan butter, natunaw
- 1/2 tasang naka-pack na brown sugar
- 1 malaking itlog
- 1/2 tasa ng unsweetened mansanassarsa
- 1/2 kutsarita vanilla extract
- 1/2 tasa diced na mansanas (binalatan at maniwalaadtad)
- Opsyonal: maniwalaadtad na mani o pasas

MGA TAGUBILIN:
a) Painimaniwala muna ang iyong oven sa 350°F (175°C). Mga mini loaf pans ng mantika at harina.
b) Sa isang medium na mangkok, haluin ang harina, baking powder, baking soda, asin, at giniling na kanela.
c) Sa isang malaking mangkok, haluin ang maniwalaunaw na mantikilya at brown sugar hanggang sa makinis. Idagdag ang itlog, sarsa ng mansanas, at vanilla extract, at haluin hanggang sa maayos.
d) Dahan-dahang idagdag ang mga tuyong sangkap sa mga basang sangkap, paghahalo hanggang sa pagsamahin lamang.
e) Tiklupin ang mga hiniwang mansanas at opsyonal na maniwalaadtad na mani o pasas.
f) Hatiin ang batter nang pantay-pantay sa mga inihandang mini loaf pan.
g) Maghurno sa preheated oven sa loob ng 20-25 minuto, o hanggang sa malinis na lumabas ang isang toothpick na ipinasok sa gitna.
h) Hayaang lumamig ang mga maniwalaapay sa mga kawali sa loob ng 10 minuto, pagkatapos ay ilipat ang mga ito sa isang wire rack upang ganap na lumamig.

5.Mini Karota Keik Mga tinapay

MGA INGREDIENTS:
- 1 tasang all-purpose na harina
- 1/2 kutsarita ng baking powder
- 1/2 kutsarita ng baking soda
- 1/4 kutsarita ng asin
- 1 kutsarita ng giniling na kanela
- 1/2 tasa ng butil na asukal
- 1/4 tasa ng langis ng gulay
- 1 malaking itlog
- 1/2 kutsarita vanilla extract
- 1 tasa ng pinong gadgad na karot
- 1/4 tasa ng dinurog na pinya, pinatuyo
- 1/4 tasa maniwalaadtad na mani (walnut o pecans)
- Krema keso frosmaniwalag (opsyonal)

MGA TAGUBILIN:
a) Painimaniwala muna ang iyong oven sa 350°F (175°C). Mga mini loaf pans ng mantika at harina.
b) Sa isang medium na mangkok, haluin ang harina, baking powder, baking soda, asin, at giniling na kanela.
c) Sa isang malaking mangkok, haluin ang butil na asukal, langis ng gulay, itlog, at vanilla extract hanggang sa maayos na pinagsama.
d) Dahan-dahang idagdag ang mga tuyong sangkap sa mga basang sangkap, paghahalo hanggang sa pagsamahin lamang.
e) I-fold ang grated karotas, durog na pinya, at maniwalaadtad na mani.
f) Hatiin ang batter nang pantay-pantay sa mga inihandang mini loaf pan.
g) Maghurno sa preheated oven sa loob ng 20-25 minuto, o hanggang sa malinis na lumabas ang isang toothpick na ipinasok sa gitna.
h) Hayaang lumamig ang mga maniwalaapay sa mga kawali sa loob ng 10 minuto, pagkatapos ay ilipat ang mga ito sa isang wire rack upang ganap na lumamig.
i) Opsyonal, frost cooled mga tinapay na may krema keso frosmaniwalag bago ihain.

6.Mini Kalabasa TinapayMga tinapay

MGA INGREDIENTS:
- 1 1/2 tasa ng all-purpose na harina
- 1 kutsarita ng baking powder
- 1/2 kutsarita ng baking soda
- 1/4 kutsarita ng asin
- 1 kutsarita ng giniling na kanela
- 1/2 kutsarita ng giniling na luya
- 1/4 kutsarita ng ground nutmeg
- 1/4 kutsarita na giniling na mga clove
- 1/4 tasa uninasnan butter, natunaw
- 1/2 tasang naka-pack na brown sugar
- 1/2 tasa ng de-latang kalabasa puree
- 1/4 tasa ng gatas
- 1 malaking itlog
- 1 kutsarita vanilla extract

MGA TAGUBILIN:
a) Painimaniwala muna ang iyong oven sa 350°F (175°C). Mga mini loaf pans ng mantika at harina.
b) Sa isang medium na mangkok, haluin ang harina, baking powder, baking soda, asin, at pampalasa (cinnamon, luya, nutmeg, cloves).
c) Sa isang malaking mangkok, haluin ang maniwalaunaw na mantikilya at brown sugar hanggang sa makinis. Idagdag ang kalabasa puree, gatas, itlog, at vanilla extract, at haluin hanggang sa maayos na pinagsama.
d) Dahan-dahang idagdag ang mga tuyong sangkap sa mga basang sangkap, paghahalo hanggang sa pagsamahin lamang.
e) Hatiin ang batter nang pantay-pantay sa mga inihandang mini loaf pan.
f) Maghurno sa preheated oven sa loob ng 20-25 minuto, o hanggang sa malinis na lumabas ang isang toothpick na ipinasok sa gitna.
g) Hayaang lumamig ang mga maniwalaapay sa mga kawali sa loob ng 10 minuto, pagkatapos ay ilipat ang mga ito sa isang wire rack upang ganap na lumamig.

MINI SA S

7. Mga Mini Mansanas Sa

MGA INGREDIENTS:
- 2 katamtamang mansanas, binalatan, maniwalaadtad, at maniwalaadtad
- 2 kutsarang butil na asukal
- 1 kutsarang all-purpose flour
- 1/2 kutsarita ng giniling na kanela
- 1/4 kutsarita ng ground nutmeg
- 1 kutsarang limon juice
- Binili sa maniwaladahan o lutong bahay na sa crust dough
- Egg wash (1 itlog na pinalo ng 1 kutsarang tubig)
- Magaspang na asukal para sa pagwiwisik (opsyonal)

MGA TAGUBILIN:
a) Painimaniwala muna ang iyong oven sa 375°F (190°C). Magpahid ng mini muffin maniwala.
b) Sa isang mangkok, pagsamahin ang mga diced na mansanas, granulated sugar, harina, kanela, nutmeg, at limon juice. Haluin hanggang ang mga mansanas ay pantay na pinahiran.
c) I-roll out ang sa crust dough sa isang lightly floured surface. Gamit ang isang bilog na pamutol o salamin, gupimaniwala ang mga bilog ng kuwarta na bahagyang mas malaki kaysa sa mga cavity ng mini muffin lata.
d) Pindumaniwala ang bawat bilog ng kuwarta sa greased mini muffin lata cavities, na bumubuo ng mga mini sa crust.
e) Kutsara ang pagpuno ng mansanas sa bawat mini sa crust, pinupunan ang mga ito sa itaas.
f) Gupimaniwala ang mas maliliit na bilog o mga piraso ng kuwarta upang lumikha ng sala-sala o pandekorasyon na mga tuktok para sa mga mini sa , kung ninanais.
g) I-brush ang tuktok ng mini sa na may egg wash at budburan ng magaspang na asukal, kung gagamit.
h) Maghurno sa preheated oven sa loob ng 18-20 minuto, o hanggang ang crust ay maging golden brown at ang laman ay bubbly.
i) Hayaang lumamig ang mga mini sa sa muffin maniwala sa loob ng ilang minuto bago ilipat ang mga ito sa wire rack upang ganap na lumamig.

8.Mga Mini Kalabasa Sa

MGA INGREDIENTS:
- 1 tasa ng de-latang kalabasa puree
- 1/2 tasa ng matamis na condensed milk
- 1 malaking itlog
- 1/2 kutsarita ng giniling na kanela
- 1/4 kutsarita ng giniling na luya
- 1/4 kutsarita ng ground nutmeg
- 1/4 kutsarita ng asin
- Binili sa maniwaladahan o lutong bahay na sa crust dough
- Whipped krema para sa paghahatid (opsyonal)

MGA TAGUBILIN:
a) Painimaniwala muna ang iyong oven sa 375°F (190°C). Magpahid ng mini muffin maniwala.
b) Sa isang mangkok, haluin ang kalabasa puree, sweetened condensed milk, itlog, cinnamon, luya, nutmeg, at asin hanggang sa makinis at maayos na pinagsama.
c) I-roll out ang sa crust dough sa isang lightly floured surface. Gamit ang isang bilog na pamutol o salamin, gupimaniwala ang mga bilog ng kuwarta na bahagyang mas malaki kaysa sa mga cavity ng mini muffin lata.
d) Pindumaniwala ang bawat bilog ng kuwarta sa greased mini muffin lata cavities, na bumubuo ng mga mini sa crust.
e) Kutsara ang pagpuno ng kalabasa sa bawat mini sa crust, pinupuno ang mga ito halos hanggang sa tuktok.
f) Maghurno sa preheated oven para sa 12-15 minuto, o hanggang ang crust ay ginintuang kayumanggi at ang pagpuno ay itakda.
g) Hayaang lumamig ang mga mini sa sa muffin maniwala sa loob ng ilang minuto bago ilipat ang mga ito sa wire rack upang ganap na lumamig.
h) Ihain ang mga mini kalabasa sa na may whipped krema, kung ninanais.

9.Mga Mini Seresa Sa

MGA INGREDIENTS:
- 1 tasang seresa sa filling (binili sa maniwaladahan o gawang bahay)
- Binili sa maniwaladahan o lutong bahay na sa crust dough
- Egg wash (1 itlog na pinalo ng 1 kutsarang tubig)
- Magaspang na asukal para sa pagwiwisik (opsyonal)

MGA TAGUBILIN:
a) Painimaniwala muna ang iyong oven sa 375°F (190°C). Magpahid ng mini muffin maniwala.
b) I-roll out ang sa crust dough sa isang lightly floured surface. Gamit ang isang bilog na pamutol o salamin, gupimaniwala ang mga bilog ng kuwarta na bahagyang mas malaki kaysa sa mga cavity ng mini muffin lata.
c) Pindumaniwala ang bawat bilog ng kuwarta sa greased mini muffin lata cavities, na bumubuo ng mga mini sa crust.
d) Kutsara ang pagpuno ng seresa sa sa bawat mini sa crust, pinupuno ang mga ito sa itaas.
e) Gupimaniwala ang mas maliliit na bilog o mga piraso ng kuwarta upang lumikha ng sala-sala o pandekorasyon na mga tuktok para sa mga mini sa , kung ninanais.
f) I-brush ang tuktok ng mini sa na may egg wash at budburan ng magaspang na asukal, kung gagamit.
g) Maghurno sa preheated oven sa loob ng 18-20 minuto, o hanggang ang crust ay maging golden brown at ang laman ay bubbly.
h) Hayaang lumamig ang mga mini sa sa muffin maniwala sa loob ng ilang minuto bago ilipat ang mga ito sa wire rack upang ganap na lumamig.

10. Mini Asulbaya Sa

MGA INGREDIENTS:
- 1 tasa sariwa o frozen na asulberries
- 2 kutsarang butil na asukal
- 1 kutsarang gawgaw
- 1/2 kutsarita ng limon zest
- 1 kutsarita ng limon juice
- Binili sa maniwaladahan o lutong bahay na sa crust dough
- Egg wash (1 itlog na pinalo ng 1 kutsarang tubig)
- Magaspang na asukal para sa pagwiwisik (opsyonal)

MGA TAGUBILIN:
a) Painimaniwala muna ang iyong oven sa 375°F (190°C). Magpahid ng mini muffin maniwala.
b) Sa isang mangkok, dahan-dahang paghaluin ang mga asulberries, granulated sugar, cornstarch, limon zest, at limon juice hanggang sa maayos na pagsamahin.
c) I-roll out ang sa crust dough sa isang lightly floured surface. Gamit ang isang bilog na pamutol o salamin, gupimaniwala ang mga bilog ng kuwarta na bahagyang mas malaki kaysa sa mga cavity ng mini muffin lata.
d) Pindumaniwala ang bawat bilog ng kuwarta sa greased mini muffin lata cavities, na bumubuo ng mga mini sa crust.
e) Kutsara ang asulbaya filling sa bawat mini sa crust, pinupunan ang mga ito sa itaas.
f) Gupimaniwala ang mas maliliit na bilog o mga piraso ng kuwarta upang lumikha ng sala-sala o pandekorasyon na tuktok para sa mga mini sa , kung ninanais.
g) I-brush ang tuktok ng mini sa na may egg wash at budburan ng magaspang na asukal, kung gagamit.
h) Maghurno sa preheated oven sa loob ng 18-20 minuto, o hanggang ang crust ay maging golden brown at ang laman ay bubbly.
i) Hayaang lumamig ang mga mini sa sa muffin maniwala sa loob ng ilang minuto bago ilipat ang mga ito sa wire rack upang ganap na lumamig.

11. Mini Key Lime Sa

MGA INGREDIENTS:
- 1/2 tasa ng key lime juice
- 1 kutsarita ng key lime zest
- 1 lata (14 ounces) matamis na condensed milk
- 2 malaking pula ng itlog
- Binili sa maniwaladahan o gawang bahay na graham cracker crust dough
- Whipped krema para sa paghahatid (opsyonal)

MGA TAGUBILIN:
a) Painimaniwala muna ang iyong oven sa 350°F (175°C). Magpahid ng mini muffin maniwala.
b) Sa isang mangkok, haluin ang key lime juice, key lime zest, sweetened condensed milk, at egg yolks hanggang sa makinis at maayos na pinagsama.
c) I-roll out ang graham cracker crust dough sa isang bahagyang floured surface. Gamit ang isang bilog na pamutol o salamin, gupimaniwala ang mga bilog ng kuwarta na bahagyang mas malaki kaysa sa mga cavity ng mini muffin lata.
d) Pindumaniwala ang bawat bilog ng kuwarta sa greased mini muffin lata cavities, na bumubuo ng mga mini sa crust.
e) Kutsara ang key lime filling sa bawat mini sa crust, pinupuno ang mga ito halos hanggang sa tuktok.
f) Maghurno sa preheated oven sa loob ng 12-15 minuto, o hanggang sa maitakda ang pagpuno.
g) Hayaang lumamig ang mga mini sa sa muffin maniwala sa loob ng ilang minuto bago ilipat ang mga ito sa wire rack upang ganap na lumamig.
h) Palamigin ang mini key lime sa sa refrigerator nang hindi bababa sa 2 oras bago ihain.
i) Ihain ang pinalamig na mini sa na may whipped krema, kung ninanais.

12. Mga Mini Tsokolate Krema Sa

MGA INGREDIENTS:
- 1 pakete (3.9 ounces) instant tsokolate pudding mix
- 1 1/2 tasa ng malamig na gatas
- Binili sa maniwaladahan o lutong bahay na sa crust dough, inihurnong at pinalamig
- Whipped krema para sa paghahatid
- Tsokolate shavings para sa garnish (opsyonal)

MGA TAGUBILIN:

a) Sa isang mixing bowl, haluin ang tsokolate pudding mix at malamig na gatas hanggang sa lumapot, mga 2 minuto.

b) Ilagay ang tsokolate pudding sa pinalamig na mini sa crust, na pinupuno ang mga ito halos sa tuktok.

c) Palamigin ang mga mini tsokolate krema sa sa refrigerator sa loob ng hindi bababa sa 1 oras, o hanggang itakda.

d) Bago ihain, itaas ang bawat mini sa na may isang maliit na piraso ng whipped krema at palamutihan ng tsokolate shavings, kung ninanais.

MINI KEIK

13. Mini Victoria Espongha Keik

MGA INGREDIENTS:
PARA SA ESPONGHA:
- 2 itlog
- 100g (mga 3.5 ounces) mantikilya, pinalambot
- 100g (mga 3.5 ounces) caster sugar
- 100g (mga 3.5 ounces) self-rising na harina
- ½ kutsarita ng baking powder
- ½ kutsarita vanilla extract

PARA SA PAGPUPUNO:
- Strawbaya o raspbaya jam
- Whipped krema

MGA TAGUBILIN:
a) Painimaniwala muna ang iyong oven sa 180°C (350°F). Grasa at linya ng mini cupkeik o lata ng keik.
b) Sa isang mangkok ng paghahalo, talunin ang mantikilya at asukal hanggang sa mag-atas. Idagdag ang mga itlog nang paisa-isa, ihalo nang mabuti pagkatapos ng bawat karagdagan. Ihalo ang vanilla extract.
c) Salain ang self-rising na harina at baking powder, pagkatapos ay itupi ito sa pinaghalong.
d) Ilagay ang batter sa mini keik maniwala.
e) Maghurno ng humigit-kumulang 12-15 minuto o hanggang ang mga keik ay maging ginintuang at mabulaklak sa pagpindot.
f) Kapag pinalamig, hatiin ang bawat mini keik sa kalahati nang pahalang. Ikalat ang jam at whipped krema sa isang kalahati, at ilagay ang isa pang kalahati sa itaas.
g) Alikabok ng may pulbos na asukal at ihain.

14. Mini Limon Ambon Keik

MGA INGREDIENTS:
- 2 itlog
- 100g (mga 3.5 ounces) mantikilya, pinalambot
- 100g (mga 3.5 ounces) caster sugar
- 100g (mga 3.5 ounces) self-rising na harina
- Sarap ng 1 limon
- Juice ng 1 limon
- 50g (mga 1.75 ounces) granulated sugar

MGA TAGUBILIN:
a) Painimaniwala muna ang iyong oven sa 180°C (350°F). Grasa at linya ng mini cupkeik o lata ng keik.
b) Sa isang mangkok ng paghahalo, talunin ang mantikilya at asukal sa caster hanggang sa mag-atas. Idagdag ang mga itlog nang paisa-isa, ihalo nang mabuti pagkatapos ng bawat karagdagan.
c) Salain ang self-rising na harina at idagdag ang limon zest. Haluin hanggang sa maayos na pinagsama.
d) Ilagay ang batter sa mini keik maniwala at i-bake ng mga 12-15 minuto o hanggang sa maging ginintuang ang mga keik.
e) Habang nagluluto ang mga keik, paghaluin ang limon juice at granulated sugar para maging ambon.
f) Sa sandaling lumabas ang mga keik mula sa oven, sundumaniwala ang mga ito ng isang maniwalaidor o toothpick at ibuhos ang pinaghalong limon-asukal sa ibabaw ng mga ito.
g) Hayaang lumamig ang mga keik bago ihain.

15. Mini Tsokolate Éclairs

MGA INGREDIENTS:
PARA SA CHUX PASTRY:
- 150ml (mga 5 onsa) na tubig
- 60g (mga 2 onsa) mantikilya
- 75g (mga 2.5 ounces) plain flour
- 2 malalaking itlog

PARA SA PAGPUPUNO:
- 200ml (mga 7 onsa) whipping krema
- Tsokolate ganache (ginawa mula sa maniwalaunaw na tsokolate at krema)

MGA TAGUBILIN:

a) Painimaniwala muna ang iyong oven sa 200°C (390°F). Iguhit ang isang baking sheet na may parchment paper.

b) Sa isang kasirola, init ang tubig at mantikilya hanggang matunaw ang mantikilya. Alisin mula sa init at idagdag ang harina. Haluin nang masigla hanggang sa ito ay bumuo ng isang bola ng kuwarta.

c) Hayaang lumamig nang bahagya ang kuwarta, pagkatapos ay ihalo ang mga itlog nang paisa-isa hanggang sa makinis at makintab ang timpla.

d) Sandok o i-pipe ang choux pastry sa baking sheet sa maliliit na hugis na éclair.

e) Maghurno ng mga 15-20 minuto o hanggang sa sila ay puffed up at ginintuang.

f) Kapag pinalamig, gupimaniwala ang bawat éclair sa kalahati nang pahalang. Punan ng whipped krema at lagyan ng tsokolate ganache.

16.Mini Coffee Walnut Keik

MGA INGREDIENTS:
PARA SA KEIK:
- 2 itlog
- 100g (mga 3.5 ounces) mantikilya, pinalambot
- 100g (mga 3.5 ounces) caster sugar
- 100g (mga 3.5 ounces) self-rising na harina
- 1 kutsarang instant na kape na natunaw sa 1 kutsarang mainit na tubig
- 50g (mga 1.75 onsa) maniwalaadtad na mga walnut

PARA SA ICING:
- 100g (mga 3.5 ounces) na pinalambot na mantikilya
- 200g (mga 7 onsa) icing sugar
- 1 kutsarang instant na kape na natunaw sa 1 kutsarang mainit na tubig

MGA TAGUBILIN:
a) Painimaniwala muna ang iyong oven sa 180°C (350°F). Grasa at linya ng mini cupkeik o lata ng keik.
b) Sa isang mangkok ng paghahalo, talunin ang mantikilya at asukal sa caster hanggang sa mag-atas. Idagdag ang mga itlog nang paisa-isa, ihalo nang mabuti pagkatapos ng bawat karagdagan.
c) Salain ang self-rising na harina at idagdag ang natunaw na kape. Haluin hanggang sa maayos na pinagsama.
d) Paghaluin ang maniwalaadtad na mga walnuts.
e) Ilagay ang batter sa mini keik maniwala at i-bake ng mga 12-15 minuto o hanggang sa maging ginintuang ang mga keik.
f) Kapag lumamig na, gawin ang coffee icing sa pamamagitan ng paghaluin ang pinalambot na mantikilya, icing sugar, at natunaw na kape.
g) Lagyan ng yelo ang mga mini keik at palamutihan ng karagdagang maniwalaadtad na mga walnut kung ninanais.

17. Mini Hapon Tsaa Keik

MGA INGREDIENTS:
PARA SA MGA TSAA KEIK:
- 3 kutsarang unsweetened cocoa powder
- 1 kutsarita ng baking soda
- 1 tasang all-purpose na harina
- ½ tasang mainit na tubig
- 1 kutsarita vanilla extract
- 3 kutsarang uninasnan butter, natunaw
- ⅓ tasa ng ginutay-gutay na niyog
- 1 malaking itlog
- ½ tasa ng kulay-gatas

PARA SA GLAZE:
- 1 kutsarang uninasnan butter
- 1 tasa ng sifted confectioner's sugar
- 2 kutsarang tubig
- ¼ kutsarita ng giniling na kanela
- ½ onsa na walang tamis na tsokolate
- 1 kutsarita vanilla extract

MGA TAGUBILIN:
PARA SA MGA TSAA KEIK:

a) Painimaniwala muna ang iyong hurno sa 375 degrees F (190 degrees C). Iguhit ang labindalawang 2½-pulgadang muffin cup na may mga paper liner.

b) Sa isang maliit na mangkok, ilagay ang cocoa powder at ihalo sa ½ tasa ng napakainit na tubig sa gripo upang matunaw ang kakaw.

c) Sa isang malaking mangkok, pagsamahin ang maniwalaunaw na mantikilya at asukal. Talunin gamit ang isang electric mixer hanggang sa mahusay na pinaghalo.

d) Idagdag ang itlog at talunin hanggang sa maging magaan at magatas ang timpla, na dapat tumagal ng mga 1 hanggang 2 minuto.

e) Ibuhos ang dissolved cocoa mixture at talunin hanggang sa maging makinis ang batter.

f) Sa isang hiwalay na maliit na mangkok, paghaluin ang sour krema at baking soda. Ihalo ito sa pinaghalong butter-sugar-cocoa.

g) Idagdag ang all-purpose flour at vanilla extract, at talunin nang mabilis hanggang sa maging pantay ang mga sangkap. Haluin ang hinimay na niyog.
h) Ibuhos ang batter sa mga tasa ng muffin, hatiin ito nang pantay-pantay sa kanila, pinupuno ang mga ito ng halos tatlong-kapat na puno.
i) Maghurno ng humigit-kumulang 20 minuto o hanggang sa bumagsak ang mga tuktok ng mga tsaa keik kapag bahagyang hinawakan at malinis ang isang toothpick na ipinasok sa gitna.
j) Alisin ang mga tsaa keik mula sa muffin cups at hayaang lumamig nang bahagya sa isang rack habang inihahanda mo ang glaze.

PARA SA TSOKOLATE GLAZE:

k) Sa isang maliit na kasirola, pagsamahin ang mantikilya sa 2 kutsarang tubig. Ilagay ito sa mahinang apoy, ilagay ang unsweetened tsokolate, at haluin hanggang matunaw ang tsokolate at bahagyang lumapot ang timpla. Alisin ito mula sa init.
l) Sa isang maliit na mangkok, pagsamahin ang sifted confectioner's sugar at ground cinnamon. Ihalo ang maniwalaunaw na tsokolate mixture at ang vanilla extract hanggang sa makamit mo ang makinis na glaze.
m) Ikalat ang humigit-kumulang 2 kutsarita ng tsokolate glaze sa ibabaw ng bawat mainit na tsaa keik at hayaang lumamig nang husto.
n) Ang mga Hapon Tsaa Keiks na ito kasama ang kanilang cinnamon-scented tsokolate glaze ay nagbibigay ng isang kaaya-ayang treat upang ma-enjoy kasama ng iyong tsaa.

18. Mini Karota Keik Kagat

MGA INGREDIENTS:
PARA SA KEIK:
- 2 itlog
- 100g (mga 3.5 onsa) langis ng gulay
- 125g (mga 4.5 ounces) brown sugar
- 150g (mga 5.3 ounces) gadgad na karot
- 100g (mga 3.5 ounces) self-rising na harina
- ½ kutsarita ng giniling na kanela
- ½ kutsarita ng ground nutmeg
- ½ kutsarita vanilla extract
- Isang dakot ng mga pasas (opsyonal)

PARA SA KREMA KESO FROSMANIWALAG:
- 100g (mga 3.5 ounces) krema keso
- 50g (mga 1.75 ounces) na pinalambot na mantikilya
- 200g (mga 7 onsa) icing sugar
- ½ kutsarita vanilla extract

MGA TAGUBILIN:
a) Painimaniwala muna ang iyong oven sa 180°C (350°F). Grasa at linya ng mini cupkeik o lata ng keik.
b) Sa isang mangkok ng paghahalo, talunin ang mga itlog, langis ng gulay, at brown sugar hanggang sa maayos na pinagsama.
c) Haluin ang grated karotas, self-rising flour, ground cinnamon, ground nutmeg, vanilla extract, at mga pasas (kung ginagamit).
d) Ilagay ang batter sa mini keik maniwala at i-bake ng mga 12-15 minuto o hanggang sa matigas ang mga keik kapag hawakan at malinis ang toothpick kapag ipinasok.
e) Kapag lumamig na, gawing frosmaniwalag ang krema keso sa pamamagitan ng paghaluin ng krema keso, softened butter, icing sugar, at vanilla extract.
f) Ice ang mini karota keiks with ang krema keso frosmaniwalag.

19. Mini Pulang pelusKeik

MGA INGREDIENTS:
PARA SA KEIK
- 2 itlog
- 100g (mga 3.5 ounces) mantikilya, pinalambot
- 150g (mga 5.3 ounces) granulated sugar
- 150g (mga 5.3 ounces) na all-purpose na harina
- 1 kutsarang unsweetened cocoa powder
- ½ kutsarita ng baking soda
- ½ kutsarita ng pumaniwalag suka
- ½ kutsarita vanilla extract
- Ilang patak ng pulang pangkulay ng pagkain
- 125ml (mga 4.2 ounces) buttermilk

PARA SA KREMA KESO FROSMANIWALAG:
- 100g (mga 3.5 ounces) krema keso
- 50g (mga 1.75 ounces) na pinalambot na mantikilya
- 200g (mga 7 onsa) icing sugar
- ½ kutsarita vanilla extract

MGA TAGUBILIN:

a) Painimaniwala muna ang iyong oven sa 180°C (350°F). Grasa at linya ng mini cupkeik o lata ng keik.
b) Sa isang mangkok ng paghahalo, talunin ang mantikilya at butil na asukal hanggang sa mag-atas. Idagdag ang mga itlog nang paisa-isa, ihalo nang mabuti pagkatapos ng bawat karagdagan.
c) Sa isang hiwalay na mangkok, paghaluin ang harina at cocoa powder.
d) Sa isa pang maliit na mangkok, pagsamahin ang buttermilk, vanilla extract, at red food colosingsing.
e) Dahan-dahang idagdag ang mga tuyong sangkap at ang pinaghalong buttermilk sa pinaghalong mantikilya at asukal, na nagpapalit sa pagitan ng dalawa, nagsisimula at nagtatapos sa mga tuyong sangkap.
f) Sa isang maliit na mangkok, paghaluin ang baking soda at pumaniwalag suka hanggang sa ito ay bumagsak, pagkatapos ay mabilis na itupi ito sa batter ng keik.
g) Ilagay ang batter sa mini keik maniwala at maghurno ng mga 12-15 minuto o hanggang sa matuyo ang mga keik.
h) Kapag lumamig na, gawing frosmaniwalag ang krema keso sa pamamagitan ng paghaluin ng krema keso, softened butter, icing sugar, at vanilla extract.
i) Ice ang mini pulang peluskeiks with ang krema keso frosmaniwalag.

20.Krema Puffs At Éclairs Singsing Keik

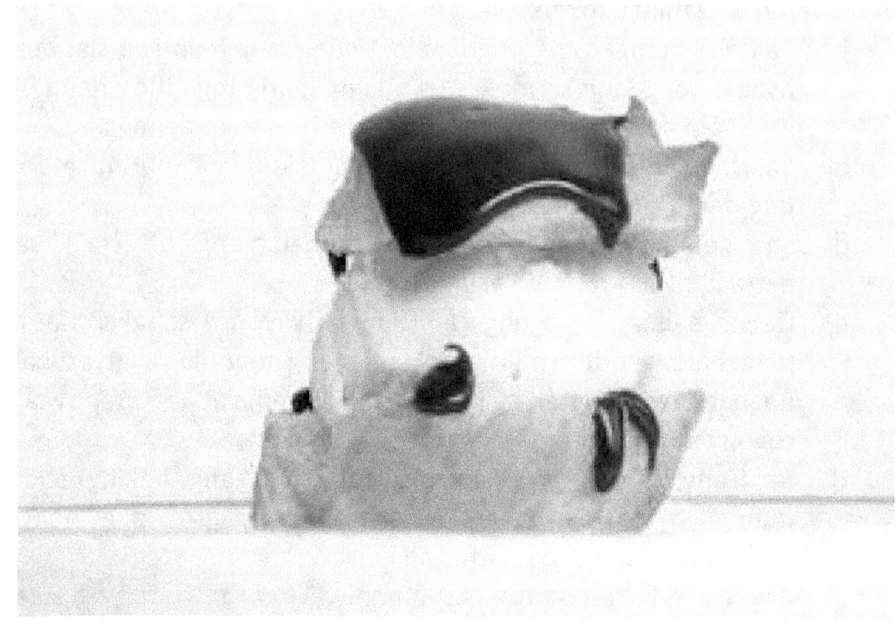

MGA INGREDIENTS:
- 1 tasang maligamgam na tubig
- 4 na kutsara (½ stick) uninasnan butter, hiwa-hiwain
- 1 tasang hindi pinagpaputi na all-purpose na harina o gluten-free na harina
- 4 malalaking itlog, sa temperatura ng kuwarto
- Salty Vanilla Frozen Custard o Salty Goat's-Milk Tsokolate Frozen Custard
- Tsokolate Glaze (gumamit ng 4 na kutsarang buong gatas)

MGA TAGUBILIN:
a) Painimaniwala muna ang oven sa 400°F.
b) Pagsamahin ang tubig at mantikilya sa isang medium-heavy sarsapan at pakuluan, pagpapakilos upang matunaw ang mantikilya. Ibuhos ang lahat ng harina at ihalo hanggang ang timpla ay bumuo ng isang bola.
c) Alisin mula sa init at ihalo ang mga itlog nang paisa-isa gamit ang electric mixer.

PARA SA KREMA PUFFS
d) Magsandok ng anim na 4-pulgada na indibidwal na tambak ng kuwarta sa isang walang basang cookie sheet (para sa mas maliliit na puff, gumawa ng labindalawang 2-pulgadang tambak). Maghurno hanggang sa ginintuang kayumanggi, mga 45 minuto. Alisin mula sa oven at hayaang lumamig.

PARA SA ÉCLAIRS
e) Maglagay ng pastry bag na may ¼-inch plain tip, pagkatapos ay i-pipe ang anim hanggang labindalawang 4-inch strips sa isang unreased cookie sheet. Maghurno hanggang sa ginintuang kayumanggi, mga 45 minuto. Alisin mula sa oven at hayaang lumamig.

PARA SA SINGSING KEIK
f) Maglagay ng kahit na kutsara ng kuwarta sa isang walang basang cookie sheet upang makagawa ng 12-pulgadang hugis-itlog. Maghurno hanggang sa ginintuang kayumanggi, 45 hanggang 50 minuto. Alisin mula sa oven at hayaang lumamig.

PARA MAGTITIPON
g) Ihanda ang glaze. Hatiin sa kalahati ang krema puffs, éclairs, o singsing keik. Punan ang ice krema, at ilagay muli ang (mga) tuktok.
h) Para sa mga krema puff, isawsaw ang tuktok ng bawat puff sa tsokolate. Para sa mga éclair, masaganang kutsara ang glaze sa ibabaw ng mga ito. Para sa singsing keik, pukawin ang karagdagang 5 tablespoons ng gatas sa glaze; ibuhos ito sa ibabaw ng singsing keik.
i) Upang ihain, ayusin ang mga pastry o hiwa ng keik sa mga plato.

MINI TARTS

21. Mini Mixed Baya Tarts

MGA INGREDIENTS:
- 1 pakete (14 ounces) pre-made refrigerated sa crust dough
- 1 tasang pinaghalong baya (tulad ng mga strawbaya, asulberries, raspbaya, blackbaya)
- 2 kutsarang butil na asukal
- 1 kutsarang gawgaw
- 1 kutsarang limon juice
- Whipped krema o vanilla ice krema para sa paghahatid (opsyonal)

MGA TAGUBILIN:
a) Painimaniwala muna ang iyong oven sa 375°F (190°C). Bahagyang lagyan ng mantika ang isang mini muffin maniwala.
b) I-roll out ang sa crust dough sa isang lightly floured surface. Gamit ang isang bilog na pamutol o salamin, gupimaniwala ang mga bilog ng kuwarta na bahagyang mas malaki kaysa sa mga cavity ng mini muffin lata.
c) Pindumaniwala ang bawat bilog ng kuwarta sa mga greased mini muffin lata cavities, na bumubuo ng mga mini tart shell.
d) Sa isang mangkok, paghaluin ang mga pinaghalong baya, granulated sugar, cornstarch, at limon juice hanggang sa pantay-pantay ang mga baya.
e) Kutsara ang pinaghalong baya mixture sa bawat mini tart shell, pinupuno ang mga ito halos sa tuktok.
f) Maghurno sa preheated oven para sa 12-15 minuto, o hanggang ang crust ay ginintuang kayumanggi at ang mga baya ay bumubula.
g) Hayaang lumamig ang mini baya tart sa muffin maniwala sa loob ng ilang minuto bago ilipat ang mga ito sa wire rack upang ganap na lumamig.
h) Ihain ang mini tarts na mainit-init o sa room temperature, na may whipped krema o vanilla ice krema sa gilid kung gusto.

22.Mini Tsokolate Mani mantikilyaTarts

MGA INGREDIENTS:
- 1 pakete (14 ounces) pre-made refrigerated sa   crust dough
- 1/2 tasa ng kremay peanut butter
- 1/4 tasa ng asukal sa pulbos
- 4 ounces semi-sweet tsokolate, maniwalaadtad
- 1/4 tasa ng mabigat na krema
- Mga dinurog na mani para sa dekorasyon (opsyonal)

MGA TAGUBILIN:
a) Painimaniwala muna ang iyong oven sa 375°F (190°C). Bahagyang lagyan ng mantika ang isang mini muffin maniwala.
b) I-roll out ang sa crust dough sa isang lightly floured surface. Gamit ang isang bilog na pamutol o salamin, gupimaniwala ang mga bilog ng kuwarta na bahagyang mas malaki kaysa sa mga cavity ng mini muffin lata.
c) Pindumaniwala ang bawat bilog ng kuwarta sa mga greased mini muffin lata cavities, na bumubuo ng mga mini tart shell.
d) Sa isang mangkok, paghaluin ang kremay mani mantikilyaat powdered sugar hanggang sa makinis at maayos.
e) Magsandok ng maliit na halaga ng mani mantikilyamixture sa bawat mini tart shell, ipakalat ito nang pantay-pantay sa ilalim.
f) Sa isang maliit na kasirola, init ang makapal na krema sa katamtamang apoy hanggang sa magsimula itong kumulo.
g) Ilagay ang maniwalaadtad na tsokolate sa isang mangkok na hindi maniwalaatablan ng init. Ibuhos ang mainit na krema sa ibabaw ng tsokolate at hayaan itong umupo ng 1-2 minuto.
h) Pagsamahin ang tsokolate at krema hanggang makinis at makintab para maging ganache.
i) Kutsara ang tsokolate ganache sa ibabaw ng mani mantikilyalayer sa bawat mini tart shell, na pinupuno ang mga ito halos hanggang sa tuktok.
j) Hayaang lumamig ang tsokolate mani mantikilyatarts sa muffin maniwala sa loob ng ilang minuto bago ilipat ang mga ito sa wire rack upang ganap na lumamig.
k) Iwiwisik ang mga durog na mani sa ibabaw ng mga tart para sa dekorasyon, kung ninanais.
l) Palamigin ang mga tart sa refrigerator nang hindi bababa sa 30 minuto bago ihain.

23. Mini Prutas Tarts

MGA INGREDIENTS:
- Inihanda ang mga mini tart shell o phyllo cups
- Sari-sasingsing sariwang prutas
- 1 tasa vanilla pastry krema o custard
- Powdered sugar para sa pag-aalis ng alikabok (opsyonal)
- Mga sariwang dahon ng mint para sa dekorasyon (opsyonal)

MGA TAGUBILIN:

a) Painimaniwala muna ang oven sa temperaturang maniwalaukoy sa tart shell package o recipe.

b) Kung gumagamit ng phyllo cups, i-bake ang mga ito ayon sa mga tagubilin sa pakete at hayaang lumamig.

c) Punan ang bawat tart shell o phyllo cup ng isang kutsarang vanilla pastry krema o custard.

d) Ayusin ang mga sariwang prutas sa ibabaw ng krema, na lumilikha ng makulay na display.

e) Alikabok ng may pulbos na asukal kung ninanais at palamutihan ng sariwang dahon ng mint.

f) Ihain ang kasiya-siyang mini prutas tarts na ito bilang matamis at nakakapreskong treat.

24. Mini Limon Tartlets

MGA INGREDIENTS:
PARA SA TART SHELLS:
- 1 ¼ tasa ng all-purpose na harina
- ¼ tasa ng pulbos na asukal
- ½ tasang uninasnan butter, malamig at cubed

PARA SA LIMON FILLING:
- ¾ tasa ng butil na asukal
- 2 kutsarang gawgaw
- ¼ kutsarita ng asin
- 3 malalaking itlog
- ½ tasa ng sariwang kinatas na limon juice
- Sarap ng 2 limon
- ¼ tasa uninasnan butter, cubed

MGA TAGUBILIN:

a) Sa food processor, pagsamahin ang harina at powdered sugar. Idagdag ang malamig, nakakubo na mantikilya at pulso hanggang ang timpla ay kahawig ng mga magaspang na mumo.

b) Pindumaniwala ang pinaghalong sa mga mini tartlet na kawali, na maniwalaatakpan nang pantay-pantay ang ilalim at gilid. Tusukin ng maniwalaidor ang ilalim.

c) Palamigin ang mga tart shell sa refrigerator sa loob ng mga 30 minuto.

d) Painimaniwala muna ang iyong oven sa 350°F (175°C).

e) Ihurno ang tart shell sa loob ng 12-15 minuto o hanggang sa maging golden brown ang mga ito. Hayaan silang ganap na lumamig.

f) Sa isang kasirola, haluin ang asukal, cornstarch, at asin. Dahan-dahang ihalo ang mga itlog, limon juice, at limon zest.

g) Lutuin ang pinaghalong sa medium-low heat, patuloy na pagpapakilos hanggang sa lumapot ito, mga 5-7 minuto.

h) Alisin mula sa init at ihalo ang cubed butter hanggang makinis.

i) Punan ang pinalamig na tart shell ng limon filling.

j) Palamigin nang hindi bababa sa 1 oras bago ihain. Opsyonal, dust na may pulbos na asukal bago ihain.

k) Masiyahan sa iyong Mini Limon Tartlets!

25. Mga Mini Tsokolate Ganache Tartlets

MGA INGREDIENTS:
PARA SA TART SHELLS:
- 1 ¼ tasa ng all-purpose na harina
- ¼ tasa ng pulbos ng kakaw
- ¼ tasa ng butil na asukal
- ½ tasang uninasnan butter, malamig at cubed

PARA SA TSOKOLATE GANACHE:
- ½ tasang mabigat na krema
- 6 ounces semisweet tsokolate, pinong maniwalaadtad
- 1 kutsarang uninasnan butter

MGA TAGUBILIN:
a) Sa isang food processor, pagsamahin ang harina, cocoa powder, at asukal. Idagdag ang malamig, nakakubo na mantikilya at pulso hanggang ang timpla ay kahawig ng mga magaspang na mumo.
b) Pindumaniwala ang pinaghalong sa mga mini tartlet na kawali, na maniwalaatakpan nang pantay-pantay ang ilalim at gilid. Tusukin ng maniwalaidor ang ilalim.
c) Palamigin ang mga tart shell sa refrigerator sa loob ng mga 30 minuto.
d) Painimaniwala muna ang iyong oven sa 350°F (175°C).
e) Ihurno ang mga tart shell sa loob ng 12-15 minuto o hanggang sa bahagyang matigas ang mga ito. Hayaan silang ganap na lumamig.
f) Sa isang maliit na kasirola, init ang mabigat na krema sa katamtamang apoy hanggang sa magsimula itong kumulo.
g) Ilagay ang maniwalaadtad na tsokolate sa isang mangkok na hindi maniwalaatablan ng init at ibuhos ang mainit na krema sa ibabaw nito. Hayaang umupo ng isang minuto, pagkatapos ay haluin hanggang makinis.
h) Haluin ang kutsara ng mantikilya hanggang sa ganap na maisama.
i) Punan ang pinalamig na tart shell ng tsokolate ganache.
j) Hayaang mag-set ang ganache sa temperatura ng kuwarto nang humigit-kumulang 1 oras o hanggang matigas.

26. Mini Raspbaya Pili Tartlets

MGA INGREDIENTS:
PARA SA TART SHELLS:
- 1 ¼ tasa ng all-purpose na harina
- ¼ tasa ng pulbos na asukal
- ½ tasang uninasnan butter, malamig at cube

PARA SA PILI FILLING:
- ½ tasa ng Pili meal
- ¼ tasa ng butil na asukal
- ¼ tasa uninasnan butter, pinalambot
- 1 malaking itlog
- ½ kutsarita Pili extract

PARA SA ASSEMBLY:
- Mga sariwang raspbaya
- Hiniwang mga almendras

MGA TAGUBILIN:
IHANDA ANG TART SHELLS:
a) Sa isang mixing bowl, pagsamahin ang all-purpose flour at powdered sugar.
b) Idagdag ang malamig, cubed uninasnan butter sa pinaghalong harina.
c) Gumamit ng pastry cutter o ang iyong mga daliri upang ilagay ang mantikilya sa harina hanggang ang timpla ay maging katulad ng mga magaspang na mumo.

FORM ANG DOUGH:
d) Dahan-dahang idagdag ang malamig na tubig sa pinaghalong harina at mantikilya, nang paunti-unti, at haluin hanggang sa magsama-sama ang masa.
e) Buuin ang kuwarta sa isang disk, balumaniwala ito sa plastic wrap, at palamigin ito nang hindi bababa sa 30 minuto.
f) Painimaniwala muna ang iyong oven sa 350°F (175°C).
g) Sa ibabaw ng floured, igulong ang pinalamig na kuwarta sa halos ⅛-pulgada na kapal.
h) Gumamit ng isang bilog na pamutol o isang baso upang gupimaniwala ang mga bilog na bahagyang mas malaki kaysa sa mga mini tartlet pan na iyong ginagamit.

i) Dahan-dahang pindumaniwala ang mga bilog ng kuwarta sa mga mini tartlet na kawali, siguraduhing pantay-pantay ang pagkakatakip ng mga ito sa ilalim at gilid. Gupimaniwala ang anumang labis na kuwarta.

j) Sa isang mixing bowl, pagsamahin ang Pili meal, granulated sugar, softened uninasnan butter, itlog, at Pili extract. Haluin hanggang sa maayos na pinagsama.

PUNUAN ANG MGA TARTLET SHELLS:

k) Kutsara ang Pili filling nang pantay-pantay sa bawat tartlet shell, pinupuno ang mga ito nang halos kalahati.

l) Ilagay ang mga sariwang raspbaya sa ibabaw ng Pili filling sa bawat tartlet shell. Maaari mong ayusin ang mga ito ayon sa gusto mo, ngunit ang pagtakip sa ibabaw ng mga raspbaya ay mukhang nakakaakit.

MAGBAKE NG TARTLETS:

m) Ilagay ang napunong tartlet pans sa isang baking sheet at maghurno sa preheated oven sa loob ng mga 15-18 minuto, o hanggang sa ma-set ang Pili filling at ang mga gilid ng tartlets ay golden brown.

n) Hayaang lumamig nang bahagya ang Mini Raspbaya Pili Tartlets bago alisin ang mga ito sa mga tartlet pan.

o) Opsyonal, iwiwisik ang mga hiniwang almendras sa ibabaw ng mga tartlet para sa dagdag na langutngot at dekorasyon.

p) Ihain ang mga tartlet nang mainit-init o sa temperatura ng kuwarto bilang isang masarap na dessert o treat.

27. Mini Savory Quiche Lorraine Tartlets

MGA INGREDIENTS:
PARA SA TART SHELLS:
- 1 ¼ tasa ng all-purpose na harina
- ¼ tasa uninasnan butter, malamig at cube
- ¼ kutsarita ng asin
- ¼ tasa ng tubig na yelo

PARA SA QUICHE FILLING:
- 4 na hiwa ng bacon, maniwalaadtad
- ½ tasang gadgad na Gruyere keso
- 2 malalaking itlog
- 1 tasang mabigat na krema
- Asin at paminta para lumasa
- Kurot ng nutmeg

MGA TAGUBILIN:
IHANDA ANG TART SHELLS:
a) Sa isang mixing bowl, pagsamahin ang all-purpose na harina at asin.
b) Idagdag ang malamig, cubed uninasnan butter sa pinaghalong harina.
c) Gumamit ng pastry cutter o ang iyong mga daliri upang ilagay ang mantikilya sa harina hanggang ang timpla ay maging katulad ng mga magaspang na mumo.
d) Dahan-dahang idagdag ang ice water, paunti-unti, at haluin hanggang sa magkadikit na lang ang masa.
e) Hugis ang kuwarta sa isang disk, balumaniwala ito sa plastic wrap, at palamigin ito nang hindi bababa sa 30 minuto.
f) Painimaniwala muna ang iyong oven sa 375°F (190°C).
g) Sa ibabaw ng floured, igulong ang pinalamig na kuwarta sa halos ⅛-pulgada na kapal.
h) Gumamit ng isang bilog na pamutol o isang baso upang gupimaniwala ang mga bilog na bahagyang mas malaki kaysa sa mga mini tartlet pan na iyong ginagamit.
i) Dahan-dahang pindumaniwala ang mga bilog ng kuwarta sa mga kawali ng tartlet, siguraduhing pantay-pantay na natatakpan ng

mga ito ang ilalim at gilid. Gupimaniwala ang anumang labis na kuwarta.

BULAG IBAKE ANG TART SHELLS:

j) Lagyan ng parchment paper ang mga tartlet shell at punuin ang mga ito ng sa weights o dried beans para maiwasang pumutok ang masa habang nagluluto.

k) Maghurno sa preheated oven para sa mga 10-12 minuto, o hanggang sa ang mga gilid ng tart shell ay bahagyang ginintuang.

l) Alisin ang parchment paper at mga timbang, pagkatapos ay maghurno para sa karagdagang 5-7 minuto hanggang sa bahagyang ginintuang ang ilalim.

m) Alisin ang mga tartlet shell mula sa oven at itabi ang mga ito upang palamig.

Ihanda ang QUICHE FILLING:

n) Sa isang kawali, lutuin ang maniwalaadtad na bacon sa katamtamang init hanggang sa maging malutong. Alisin ang labis na taba.

o) Iwiwisik ang gadgad na Gruyere keso at nilutong bacon nang pantay-pantay sa mga baked tartlet shell.

p) Sa isang mangkok ng paghahalo, haluin ang mga itlog, mabigat na krema, asin, paminta, at isang pakurot ng nutmeg hanggang sa maayos na pinagsama.

q) Maingat na ibuhos ang pinaghalong itlog sa ibabaw ng keso at bacon sa bawat tartlet shell, pinupunan ang mga ito sa tuktok.

MAGBAKE NG QUICHE TARTLETS:

r) Ilagay ang mga napunong tartlet pans sa isang baking sheet at maghurno sa preheated oven para sa mga 20-25 minuto, o hanggang sa ang quiche ay itakda at bahagyang puffed up.

s) Ang quiche tartlets ay dapat magkaroon ng isang ginintuang kayumanggi tuktok kapag tapos na.

t) Hayaang lumamig ng ilang minuto ang Mini Savory Quiche Lorraine Tartlets bago maingat na alisin ang mga ito sa mga tartlet pan.

u) Ihain ang mga quiche tartlet na mainit-init o sa temperatura ng kuwarto bilang isang masarap na pampagana o meryenda.

KEIK POPS AT BOLA

28. Funfetti Confetti Keik Pops

MGA INGREDIENTS:
PARA SA KEIK POPS:
- 1 kahon ng funfetti keik mix
- 1/2 tasa ng uninasnan butter, pinalambot
- 1/2 tasa ng buong gatas
- 3 malalaking itlog
- 1/2 tasa ng makukulay na confetti sprinkles

PARA SA CANDY COAMANIWALAG:
- 12 oz ng pumaniwalag kendi natutunaw o pumaniwalag tsokolate chips
- 2 tablespoons ng vegetable oil o shortening
- Karagdagang makukulay na confetti sprinkles (para sa dekorasyon)

PARA SA PAGTITIPON NG KEIK POPS:
- Keik pop sticks o lollipop sticks

MGA TAGUBILIN:
PARA SA KEIK POPS:
a) Painimaniwala muna ang oven sa temperaturang maniwalaukoy sa kahon ng paghahalo ng keik.
b) Grasa at harina ang isang baking pan o lagyan ng parchment paper.
c) Sa isang mixing bowl, ihanda ang funfetti keik mix ayon sa mga direksyon ng package, gamit ang uninasnan butter, buong gatas, at mga itlog.
d) Dahan-dahang tiklupin ang makulay na confetti sprinkles sa batter ng keik hanggang sa pantay-pantay.
e) Ihurno ang keik sa preheated oven hanggang sa malinis na lumabas ang isang toothpick na ipinasok sa gitna.
f) Hayaang lumamig nang lubusan ang keik.
g) Upang tipunin ang mga pop ng keik:
h) Durugin ang pinalamig na keik sa maliliit na mumo gamit ang iyong mga kamay o isang food processor.
i) Pagulungin ang timpla sa maliliit na bola ng keik, na halos kasing laki ng bola ng ping pong, at ilagay ang mga ito sa isang baking sheet na may linyang parchment.
j) Palamigin ang mga bola ng keik sa refrigerator sa loob ng mga 30 minuto o hanggang matigas.

PARA SA CANDY COAMANIWALAG:

k) Sa isang mangkok na ligtas sa microwave, tunawin ang natutunaw na pumaniwalag kendi o pumaniwalag tsokolate chips na may langis ng gulay o umikli sa maikling pagitan, hinahalo sa pagitan hanggang sa makinis.

TAPUSIN:

l) Isawsaw ang dulo ng isang keik pop stick sa maniwalaunaw na candy coamaniwalag at ipasok ito sa gitna ng isang pinalamig na bola ng keik, halos kalahati.

m) Isawsaw ang buong bola ng keik sa natunaw na candy coamaniwalag, siguraduhing ito ay ganap na pinahiran.

n) Kaagad na iwisik ang pinahiran na keik pop ng mga makukulay na confetti sprinkles bago ang mga hanay ng patong.

o) Itayo ang keik na nagpa-pop patayo sa isang styrofoam block o isang keik pop stand upang payagan ang candy coamaniwalag na ganap na ma-set.

29. Klasiko Vanilla Keik Pops

MGA INGREDIENTS:
PARA SA KEIK POPS:
- 1 kahon ng vanilla keik mix
- 1/2 tasa ng uninasnan butter, pinalambot
- 1/2 tasa ng buong gatas
- 3 malalaking itlog

PARA SA FROSMANIWALAG:
- 1/2 tasa ng uninasnan butter, pinalambot
- 2 tasa ng powdered sugar
- 1 kutsarita ng vanilla extract
- 2 kutsara ng buong gatas

PARA SA CANDY COAMANIWALAG:
- 12 oz ng pumaniwalag kendi natutunaw o pumaniwalag tsokolate chips
- Makukulay na sprinkles (opsyonal)

PARA SA PAGTITIPON NG KEIK POPS:
- Keik pop sticks o lollipop sticks

MGA TAGUBILIN:
PARA SA KEIK POPS:
a) Painimaniwala muna ang oven sa temperaturang maniwalaukoy sa kahon ng paghahalo ng keik.
b) Grasa at harina ang isang baking pan o lagyan ng parchment paper.
c) Sa isang mixing bowl, ihanda ang vanilla keik mix ayon sa mga direksyon ng package, gamit ang uninasnan butter, buong gatas, at mga itlog.
d) Ihurno ang keik sa preheated oven hanggang sa malinis na lumabas ang isang toothpick na ipinasok sa gitna.
e) Hayaang lumamig nang lubusan ang keik.

PARA SA FROSMANIWALAG:
f) Sa isang hiwalay na mangkok ng paghahalo, talunin ang pinalambot na mantikilya hanggang sa makinis at mag-atas.
g) Dahan-dahang idagdag ang powdered sugar, vanilla extract, at buong gatas, at patuloy na talunin hanggang sa maging makinis at kumakalat ang frosmaniwalag.

PARA MAGTITIPON ANG KEIK POPS:

h) Durugin ang pinalamig na keik sa maliliit na mumo gamit ang iyong mga kamay o isang food processor.
i) Idagdag ang frosmaniwalag sa mga mumo ng keik at ihalo hanggang sa maayos na pinagsama.
j) Pagulungin ang timpla sa maliliit na bola ng keik, na halos kasing laki ng bola ng ping pong, at ilagay ang mga ito sa isang baking sheet na may linyang parchment.
k) Palamigin ang mga bola ng keik sa refrigerator sa loob ng mga 30 minuto o hanggang matigas.

PARA SA CANDY COAMANIWALAG:
l) Matunaw ang natutunaw na pumaniwalag kendi o pumaniwalag tsokolate chips ayon sa mga direksyon ng pakete, gamit ang microwave o double boiler.
m) Isawsaw ang dulo ng isang keik pop stick sa maniwalaunaw na candy coamaniwalag at ipasok ito sa gitna ng isang pinalamig na bola ng keik, halos kalahati.
n) Isawsaw ang buong keik sa natunaw na candy coamaniwalag, siguraduhing ito ay ganap na pinahiran.
o) Magdagdag ng mga makukulay na sprinkles (kung gusto) habang ang patong ay basa pa.

TAPUSIN:
p) Itayo ang keik na nagpa-pop patayo sa isang styrofoam block o isang keik pop stand upang payagan ang candy coamaniwalag na ganap na ma-set.

30.Mga Bola ng Tsokolate Fudge Keik

MGA INGREDIENTS:
PARA SA KEIK BOLAS:
- 1 kahon ng tsokolate fudge keik mix
- 1/2 tasa ng uninasnan butter, pinalambot
- 1/2 tasa ng buong gatas
- 3 malalaking itlog

PARA SA TSOKOLATE COAMANIWALAG:
- 12 oz ng semisweet tsokolate chips o dark tsokolate natutunaw
- 2 tablespoons ng vegetable oil o shortening
- Tsokolate sprinkles o durog na mani (opsyonal, para sa dekorasyon)

PARA SA PAGTITIPON NG KEIK BOLAS:
- Keik pop sticks o lollipop sticks

MGA TAGUBILIN:

PARA SA KEIK BOLAS:
a) Painimaniwala muna ang oven sa temperaturang maniwalaukoy sa kahon ng paghahalo ng keik.
b) Grasa at harina ang isang baking pan o lagyan ng parchment paper.
c) Sa isang mixing bowl, ihanda ang tsokolate fudge keik mix ayon sa mga direksyon ng package, gamit ang uninasnan butter, whole milk, at mga itlog.
d) Ihurno ang keik sa preheated oven hanggang sa malinis na lumabas ang isang toothpick na ipinasok sa gitna.
e) Hayaang lumamig nang lubusan ang keik.

PARA MAGTITIPON ANG KEIK BOLAS:
f) Durugin ang pinalamig na keik sa maliliit na mumo gamit ang iyong mga kamay o isang food processor.
g) Pagulungin ang mga mumo ng keik sa maliliit na bola ng keik, na halos kasing laki ng bola ng ping pong, at ilagay ang mga ito sa isang baking sheet na may parchment.
h) Palamigin ang mga bola ng keik sa refrigerator sa loob ng mga 30 minuto o hanggang matigas.

PARA SA TSOKOLATE COAMANIWALAG:
i) Sa microwave-safe bowl, tunawin ang semisweet tsokolate chips o dark tsokolate na natutunaw na may vegetable oil o shortening sa maikling pagitan, hinahalo hanggang makinis.
j) Tapusin:
k) Isawsaw ang dulo ng isang keik pop stick sa maniwalaunaw na tsokolate at ipasok ito sa gitna ng isang pinalamig na bola ng keik, halos kalahati.
l) Isawsaw ang buong bola ng keik sa maniwalaunaw na tsokolate, siguraduhin na ito ay ganap na pinahiran.
m) Palamutihan ng mga sprinkle ng tsokolate o dinurog na mani (kung gusto) habang basa pa ang patong.
n) Itayo ang mga bola ng keik nang patayo sa isang styrofoam block o isang keik pop stand upang payagan ang patong na tsokolate na ganap na ma-set.

31. Limon Raspbaya Keik Pops

MGA INGREDIENTS:
PARA SA KEIK POPS:
- 1 kahon ng limon keik mix
- 1/2 tasa ng uninasnan butter, pinalambot
- 1/2 tasa ng buong gatas
- 3 malalaking itlog
- Sarap ng isang limon

PARA SA RASPBAYA FILLING:
- 1 tasa ng sariwang raspbaya
- 2 kutsara ng butil na asukal

PARA SA CANDY COAMANIWALAG:
- 12 oz ng pumaniwalag kendi natutunaw o pumaniwalag tsokolate chips
- Dilaw o pink na pangkulay ng pagkain (opsyonal)
- Limon zest (para sa dekorasyon, opsyonal)

PARA SA PAGTITIPON NG KEIK POPS:
- Keik pop sticks o lollipop sticks

MGA TAGUBILIN:
PARA SA KEIK POPS:
a) Painimaniwala muna ang oven sa temperaturang maniwalaukoy sa kahon ng paghahalo ng keik.
b) Grasa at harina ang isang baking pan o lagyan ng parchment paper.
c) Sa isang mixing bowl, ihanda ang limon keik mix ayon sa mga direksyon ng package, gamit ang uninasnan butter, whole milk, itlog, at limon zest.
d) Ihurno ang keik sa preheated oven hanggang sa malinis na lumabas ang isang toothpick na ipinasok sa gitna.
e) Hayaang lumamig nang lubusan ang keik.

PARA SA RASPBAYA FILLING:
f) Sa isang hiwalay na mangkok, i-mash ang mga sariwang raspbaya na may butil na asukal hanggang sa maging isang makinis na katas.

PARA MAGTITIPON ANG KEIK POPS:
g) Durugin ang pinalamig na keik sa maliliit na mumo gamit ang iyong mga kamay o isang food processor.

h) Paghaluin ang raspbaya puree sa mga mumo ng keik hanggang sa maayos na pinagsama.
i) Pagulungin ang timpla sa maliliit na bola ng keik, na halos kasing laki ng bola ng ping pong, at ilagay ang mga ito sa isang baking sheet na may linyang parchment.
j) Palamigin ang mga bola ng keik sa refrigerator sa loob ng mga 30 minuto o hanggang matigas.

PARA SA CANDY COAMANIWALAG:
k) Matunaw ang natutunaw na pumaniwalag kendi o pumaniwalag tsokolate chips ayon sa mga direksyon ng pakete, gamit ang microwave o double boiler.
l) Opsyonal, magdagdag ng ilang patak ng dilaw o pink na pangkulay ng pagkain sa maniwalaunaw na candy coamaniwalag upang magkaroon ng pastel na kulay.
m) Isawsaw ang dulo ng isang keik pop stick sa maniwalaunaw na candy coamaniwalag at ipasok ito sa gitna ng isang pinalamig na bola ng keik, halos kalahati.
n) Isawsaw ang buong keik sa natunaw na candy coamaniwalag, siguraduhing ito ay ganap na pinahiran.

TAPUSIN:
o) Opsyonal, palamutihan ang bawat keik pop na may sprinkle ng limon zest para sa dagdag na pagsabog ng limon flavor.
p) Itayo ang keik na nagpa-pop patayo sa isang styrofoam block o isang keik pop stand upang payagan ang candy coamaniwalag na ganap na ma-set.

32.Mga Bola ng Pulang pelusKrema Keso Keik

MGA INGREDIENTS:
PARA SA KEIK BOLAS:
- 1 kahon ng pulang peluskeik mix
- 1/2 tasa ng uninasnan butter, pinalambot
- 1/2 tasa ng buttermilk
- 3 malalaking itlog

PARA SA KREMA KESO FROSMANIWALAG:
- 1 pakete (8 oz) ng krema keso, pinalambot
- 1/4 tasa ng uninasnan butter, pinalambot
- 3 tasa ng powdered sugar
- 1 kutsarita ng vanilla extract

PARA SA CANDY COAMANIWALAG:
- 12 oz ng pumaniwalag kendi natutunaw o pumaniwalag tsokolate chips
- Pangkulay ng pagkain na pulang gel (opsyonal)
- Mga mumo ng pulang peluskeik (para sa dekorasyon, opsyonal)

PARA SA PAGTITIPON NG KEIK BOLAS:
- Keik pop sticks o lollipop sticks

MGA TAGUBILIN:
PARA SA KEIK BOLAS:
a) Painimaniwala muna ang oven sa temperaturang maniwalaukoy sa kahon ng paghahalo ng keik.
b) Grasa at harina ang isang baking pan o lagyan ng parchment paper.
c) Sa isang mixing bowl, ihanda ang pulang peluskeik mix ayon sa mga direksyon ng package, gamit ang uninasnan butter, buttermilk, at mga itlog.
d) Ihurno ang keik sa preheated oven hanggang sa malinis na lumabas ang isang toothpick na ipinasok sa gitna.
e) Hayaang lumamig nang lubusan ang keik.

PARA SA KREMA KESO FROSMANIWALAG:
f) Sa isang hiwalay na mangkok ng paghahalo, talunin ang pinalambot na krema keso at mantikilya hanggang sa makinis at mag-atas.

g) Dahan-dahang idagdag ang powdered sugar at vanilla extract, at patuloy na talunin hanggang ang frosmaniwalag ay makinis at kumakalat.

PARA MAGTITIPON ANG KEIK BOLAS:

h) Durugin ang pinalamig na keik sa maliliit na mumo gamit ang iyong mga kamay o isang food processor.

i) Paghaluin ang krema keso frosmaniwalag sa mga mumo ng keik hanggang sa maayos na pinagsama.

j) Pagulungin ang timpla sa maliliit na bola ng keik, na halos kasing laki ng bola ng ping pong, at ilagay ang mga ito sa isang baking sheet na may linyang parchment.

k) Palamigin ang mga bola ng keik sa refrigerator sa loob ng mga 30 minuto o hanggang matigas.

PARA SA CANDY COAMANIWALAG:

l) Matunaw ang natutunaw na pumaniwalag kendi o pumaniwalag tsokolate chips ayon sa mga direksyon ng pakete, gamit ang microwave o double boiler.

m) Opsyonal, magdagdag ng ilang patak ng red gel food colosingsing sa maniwalaunaw na candy coamaniwalag upang magkaroon ng makulay na pulang kulay.

TAPUSIN:

n) Isawsaw ang dulo ng isang keik pop stick sa maniwalaunaw na candy coamaniwalag at ipasok ito sa gitna ng isang pinalamig na bola ng keik, halos kalahati.

o) Isawsaw ang buong bola ng keik sa natunaw na candy coamaniwalag, siguraduhing ito ay ganap na pinahiran.

p) Opsyonal, palamutihan ang bawat bola ng keik na may sprinkle ng pulang peluskeik crumbs para sa isang kaakit-akit na hawakan.

q) Itayo ang mga bola ng keik nang patayo sa isang styrofoam block o isang keik pop stand upang payagan ang coamaniwalag ng kendi na ganap na ma-set.

33. Mga Cookies At Krema Keik Pops

MGA INGREDIENTS:
PARA SA KEIK POPS:
- 1 kahon ng tsokolate keik mix
- 1/2 tasa ng uninasnan butter, pinalambot
- 1/2 tasa ng buong gatas
- 3 malalaking itlog
- 1 tasa ng dinurog na tsokolate sandwich cookies (tulad ng Oreo)

PARA SA WHITE TSOKOLATE COAMANIWALAG:
- 12 oz ng pumaniwalag kendi natutunaw o pumaniwalag tsokolate chips
- 2 tablespoons ng vegetable oil o shortening

PARA SA PAGTITIPON NG KEIK POPS:
- Keik pop sticks o lollipop sticks

MGA TAGUBILIN:
PARA SA KEIK POPS:
a) Painimaniwala muna ang oven sa temperaturang maniwalaukoy sa kahon ng paghahalo ng keik.
b) Grasa at harina ang isang baking pan o lagyan ng parchment paper.
c) Sa isang mixing bowl, ihanda ang tsokolate keik mix ayon sa mga direksyon ng package, gamit ang uninasnan butter, whole milk, at mga itlog.
d) I-fold ang dinurog na tsokolate sandwich cookies sa keik batter hanggang sa maayos na pinagsama.
e) Ihurno ang keik sa preheated oven hanggang sa malinis na lumabas ang isang toothpick na ipinasok sa gitna.
f) Hayaang lumamig nang lubusan ang keik.

PARA MAGTITIPON ANG KEIK POPS:
g) Durugin ang pinalamig na keik sa maliliit na mumo gamit ang iyong mga kamay o isang food processor.
h) Pagulungin ang timpla sa maliliit na bola ng keik, na halos kasing laki ng bola ng ping pong, at ilagay ang mga ito sa isang baking sheet na may linyang parchment.
i) Palamigin ang mga bola ng keik sa refrigerator sa loob ng mga 30 minuto o hanggang matigas.

PARA SA WHITE TSOKOLATE COAMANIWALAG:

j) Sa isang mangkok na ligtas sa microwave, tunawin ang natutunaw na pumaniwalag kendi o pumaniwalag tsokolate chips na may langis ng gulay o umikli sa maikling pagitan, hinahalo sa pagitan hanggang sa makinis.

TAPUSIN:

k) Isawsaw ang dulo ng isang keik pop stick sa maniwalaunaw na pumaniwalag tsokolate at ipasok ito sa gitna ng isang pinalamig na bola ng keik, halos kalahati.

l) Isawsaw ang buong keik sa maniwalaunaw na pumaniwalag tsokolate, siguraduhing ito ay ganap na pinahiran.

m) Opsyonal, palamutihan ang mga pop ng keik ng karagdagang durog na tsokolate sandwich cookies sa itaas habang basa pa ang coamaniwalag.

n) Itayo ang keik na nagpa-pop patayo sa isang styrofoam block o isang keik pop stand upang payagan ang pumaniwalag tsokolate na patong na ganap na ma-set.

34. Mga Bola ng Inasnan Caramel Keik

MGA INGREDIENTS:
PARA SA KEIK BOLAS:
- 1 kahon ng caramel keik mix
- 1/2 tasa ng uninasnan butter, pinalambot
- 1/2 tasa ng buong gatas
- 3 malalaking itlog

PARA SA INASNAN CARAMEL FILLING:
- 1 tasa ng binili sa maniwaladahan o homemade caramel sarsa
- 1/2 kutsarita ng asin sa dagat

PARA SA CANDY COAMANIWALAG:
- Natutunaw ang 12 oz ng kendi na may lasa ng karamelo
- 2 tablespoons ng vegetable oil o shortening
- Coarse sea salt (para sa dekorasyon, opsyonal)

PARA SA PAGTITIPON NG KEIK BOLAS:
- Keik pop sticks o lollipop sticks

MGA TAGUBILIN:
PARA SA KEIK BOLAS:
a) Painimaniwala muna ang oven sa temperaturang maniwalaukoy sa kahon ng paghahalo ng keik.
b) Grasa at harina ang isang baking pan o lagyan ng parchment paper.
c) Sa isang mixing bowl, ihanda ang caramel keik mix ayon sa mga direksyon ng package, gamit ang uninasnan butter, whole milk, at mga itlog.
d) Ihurno ang keik sa preheated oven hanggang sa malinis na lumabas ang isang toothpick na ipinasok sa gitna.
e) Hayaang lumamig nang lubusan ang keik.

PARA SA INASNAN CARAMEL FILLING:
f) Sa isang hiwalay na mangkok, paghaluin ang caramel sarsa na may sea salt hanggang sa mahusay na pinagsama.

PARA MAGTITIPON ANG KEIK BOLAS:
g) Durugin ang pinalamig na keik sa maliliit na mumo gamit ang iyong mga kamay o isang food processor.
h) Paghaluin ang inasnan caramel filling sa mga mumo ng keik hanggang sa maayos na pinagsama.

i) Pagulungin ang timpla sa maliliit na bola ng keik, na halos kasing laki ng bola ng ping pong, at ilagay ang mga ito sa isang baking sheet na may linyang parchment.
j) Palamigin ang mga bola ng keik sa refrigerator sa loob ng mga 30 minuto o hanggang matigas.

PARA SA CANDY COAMANIWALAG:

k) Sa microwave-safe bowl, tunawin ang caramel-flavored candy melts o caramel-flavored tsokolate chips na may vegetable oil o shortening sa maikling pagitan, hinahalo hanggang makinis.
l) Tapusin:
m) Isawsaw ang dulo ng isang keik pop stick sa maniwalaunaw na candy coamaniwalag at ipasok ito sa gitna ng isang pinalamig na bola ng keik, halos kalahati.
n) Isawsaw ang buong bola ng keik sa natunaw na candy coamaniwalag, siguraduhing ito ay ganap na pinahiran.
o) Opsyonal, budburan ang bawat bola ng keik ng isang kurot ng coarse sea salt para sa dagdag na pagsabog ng lasa.
p) Itayo ang mga bola ng keik nang patayo sa isang styrofoam block o isang keik pop stand upang payagan ang coamaniwalag ng kendi na ganap na ma-set.

35.Strawbaya Kesokeik Keik Bolas

MGA INGREDIENTS:
PARA SA KEIK BOLAS:
- 1 kahon ng strawbaya keik mix
- 1/2 tasa ng uninasnan butter, pinalambot
- 1/2 tasa ng buong gatas
- 3 malalaking itlog

PARA SA KESOKEIK FILLING:
- 1 pakete (8 oz) ng krema keso, pinalambot
- 1/4 tasa ng granulated sugar
- 1 kutsarita ng vanilla extract

PARA SA CANDY COAMANIWALAG:
- 12 oz ng pumaniwalag kendi natutunaw o pumaniwalag tsokolate chips
- 2 tablespoons ng vegetable oil o shortening

PARA SA STRAWBAYA GLAZE:
- 1 tasa ng sariwang strawbaya, maniwalaadtad
- 1/4 tasa ng granulated sugar
- 1 kutsarang gawgaw
- 1 kutsarang tubig

PARA SA PAGTITIPON NG KEIK BOLAS:
- Keik pop sticks o lollipop sticks

MGA TAGUBILIN:
PARA SA KEIK BOLAS:
a) Painimaniwala muna ang oven sa temperaturang maniwalaukoy sa kahon ng paghahalo ng keik.
b) Grasa at harina ang isang baking pan o lagyan ng parchment paper.
c) Sa isang mixing bowl, ihanda ang strawbaya keik mix ayon sa mga direksyon ng package, gamit ang uninasnan butter, whole milk, at mga itlog.
d) Ihurno ang keik sa preheated oven hanggang sa malinis na lumabas ang isang toothpick na ipinasok sa gitna.
e) Hayaang lumamig nang lubusan ang keik.

PARA SA KESOKEIK FILLING:

f) Sa isang hiwalay na mangkok ng paghahalo, talunin ang pinalambot na krema keso, granulated sugar, at vanilla extract hanggang sa makinis at mag-atas.
g) Upang tipunin ang mga bola ng keik:
h) Durugin ang pinalamig na keik sa maliliit na mumo gamit ang iyong mga kamay o isang food processor.
i) Paghaluin ang pagpuno ng kesokeik sa mga mumo ng keik hanggang sa maayos na pinagsama.
j) Pagulungin ang timpla sa maliliit na bola ng keik, na halos kasing laki ng bola ng ping pong, at ilagay ang mga ito sa isang baking sheet na may linyang parchment.
k) Palamigin ang mga bola ng keik sa refrigerator sa loob ng mga 30 minuto o hanggang matigas.

PARA SA CANDY COAMANIWALAG:
l) Sa isang mangkok na ligtas sa microwave, tunawin ang natutunaw na pumaniwalag kendi o pumaniwalag tsokolate chips na may langis ng gulay o umikli sa maikling pagitan, hinahalo sa pagitan hanggang sa makinis.

PARA SA STRAWBAYA GLAZE:
m) Sa isang kasirola, pagsamahin ang maniwalaadtad na strawbaya, granulated sugar, cornstarch, at tubig.
n) Magluto sa katamtamang init, patuloy na pagpapakilos hanggang sa lumapot ang pinaghalong at ang mga strawbaya ay masira sa isang glaze-like consistency.
o) Alisin mula sa init at hayaang lumamig ang strawbaya glaze.

TAPUSIN:
p) Isawsaw ang dulo ng isang keik pop stick sa maniwalaunaw na candy coamaniwalag at ipasok ito sa gitna ng isang pinalamig na bola ng keik, halos kalahati.
q) Isawsaw ang buong bola ng keik sa natunaw na candy coamaniwalag, siguraduhing ito ay ganap na pinahiran.
r) Ibuhos ang bawat bola ng keik ng pinalamig na strawbaya glaze para sa isang kasiya-siyang pagtatapos.
s) Itayo ang mga bola ng keik nang patayo sa isang styrofoam block o isang keik pop stand upang payagan ang coamaniwalag ng kendi na ganap na ma-set.

MINI SANDWICHES

36.Mga Mini Caprese Sandwich

MGA INGREDIENTS:
- 12 mini slider buns o dinner roll
- 12 hiwa ng sariwang mozzarella keso
- 2 kamatis, hiniwa
- Mga sariwang dahon ng basil
- Balsamic glaze
- Asin at paminta para lumasa

MGA TAGUBILIN:
a) Hatiin nang pahalang ang mga mini slider buns o dinner roll.
b) Maglagay ng slice ng mozzarella keso, isang slice ng kamatis, at ilang dahon ng basil sa ilalim na kalahati ng bawat bun.
c) Pahiran ng balsamic glaze at timplahan ng asin at paminta.
d) Ilagay ang tuktok na kalahati ng maniwalaapay sa mga palaman.
e) I-secure ang mga mini sandwich gamit ang mga toothpick kung ninanais.
f) Ihain at tangkilikin ang mga nakakapreskong Caprese sandwich na ito.

37.Mini Manok Salad Sandwich

MGA INGREDIENTS:
- 12 mini croissant o maliliit na Tinapayroll
- 2 tasang nilutong dibdib ng manok, ginutay-gutay o diced
- ½ tasa ng mayonesa
- 1 kutsarang Dijon mustard
- ¼ tasa ng kintsay, pinong maniwalaadtad
- 2 berdeng sibuyas, hiniwa nang manipis
- Asin at paminta para lumasa

MGA TAGUBILIN:
a) Sa isang mangkok, paghaluin ang ginutay-gutay o diced na dibdib ng manok, mayonesa, Dijon mustard, kintsay, at berdeng mga sibuyas hanggang sa maayos na pinagsama.
b) Timplahan ng asin at paminta ayon sa panlasa.
c) Hatiin nang pahalang ang mga mini croissant o Tinapayroll.
d) Magsandok ng maraming dami ng manok salad sa ibabang kalahati ng bawat croissant o roll.
e) Ilagay ang tuktok na kalahati ng croissant o roll sa pagpuno.
f) I-secure ang mga mini sandwich gamit ang mga toothpick kung ninanais.
g) Ihain at tangkilikin ang malasang manok salad sandwich na ito.

38. Mini Turkey At Cranbaya Sandwich

MGA INGREDIENTS:
- 12 mini dinner roll o maliit na Tinapayroll
- 12 hiwa ng dibdib ng pabo
- ½ tasa ng sarsa ng cranbaya
- Isang dakot ng baby spinach o dahon ng arugula
- ¼ tasa ng krema keso
- Asin at paminta para lumasa

MGA TAGUBILIN:

a) Hatiin nang pahalang ang mga dinner roll o Tinapayroll sa kalahati.

b) Ikalat ang krema keso sa ilalim na kalahati ng bawat roll.

c) Layer ng hiniwang dibdib ng pabo, isang kutsarang puno ng cranbaya sarsa, at ilang baby spinach o arugula dahon sa ibabaw ng krema keso.

d) Timplahan ng asin at paminta ayon sa panlasa.

e) Ilagay ang tuktok na kalahati ng roll sa mga fillings.

f) I-secure ang mga mini sandwich gamit ang mga toothpick kung ninanais.

39. Mini Ham At Keso Slider

MGA INGREDIENTS:
- 12 mini slider buns o dinner roll
- 12 hiwa ng hamon
- 12 hiwa ng keso (tulad ng cheddar, Swiss, o provolone)
- 2 kutsarang Dijon mustard
- 2 kutsarang mayonesa
- 2 kutsarang mantikilya, natunaw
- ½ kutsarita ng bawang pulbos
- ½ kutsarita ng amapola butos (opsyonal)

MGA TAGUBILIN:
a) Painimaniwala muna ang oven sa 350°F (175°C).
b) Hatiin nang pahalang ang mga slider buns o dinner roll.
c) Ikalat ang Dijon mustard sa ibabang kalahati ng bawat bun at mayonesa sa itaas na kalahati.
d) Ilagay ang hiniwang ham at keso sa ilalim na kalahati ng bawat maniwalaapay.
e) Ilagay ang tuktok na kalahati ng maniwalaapay sa mga palaman upang lumikha ng mga sandwich.
f) Ilagay ang mga sandwich sa isang baking dish.
g) Sa isang maliit na mangkok, paghaluin ang maniwalaunaw na mantikilya na may pulbos ng bawang. I-brush ang timpla sa ibabaw ng mga sandwich.
h) Budburan ang mga buto ng amapola sa mga sandwich kung ninanais.
i) Takpan ang baking dish na may foil at maghurno ng 10-15 minuto o hanggang matunaw ang keso at bahagyang ma-toast ang mga bun.
j) Ihain ang mainit at cheesy na ham at keso slider na ito.

40. Mini Veggie Club Sandwich

MGA INGREDIENTS:
- 12 mini pita pockets o maliit na Tinapayroll
- ½ tasa ng hummus
- 12 hiwa ng pipino
- 12 hiwa ng kamatis
- 12 hiwa ng avocado
- Isang dakot ng litsugas o sprouts
- Asin at paminta para lumasa

MGA TAGUBILIN:

a) Hatiin nang pahalang ang mga mini pita pockets o Tinapayroll.

b) Ikalat ang hummus sa ibabang kalahati ng bawat bulsa o roll.

c) Ilagay ang mga hiwa ng pipino, hiwa ng kamatis, hiwa ng avocado, at lettuce o sprouts sa ibabaw ng hummus.

d) Timplahan ng asin at paminta ayon sa panlasa.

e) Ilagay ang itaas na kalahati ng bulsa o i-roll sa mga fillings.

f) I-secure ang mga mini sandwich gamit ang mga toothpick kung ninanais.

g) Ihain at tangkilikin ang mga malasang veggie club sandwich na ito.

COOKIES

41. Pretzel At Caramel Cookies

MGA INGREDIENTS:
- 1 pakete tsokolate keik mix (regular size)
- 1/2 tasa ng mantikilya, natunaw
- 2 malalaking itlog, temperatura ng silid
- 1 tasa sirang miniature pretzel, hinati
- 1 tasang semisweet tsokolate chips
- 2 kutsarang inasnan caramel topping

MGA TAGUBILIN:
a) Painimaniwala ang hurno sa 350°. Pagsamahin ang halo ng keik, maniwalaunaw na mantikilya at mga itlog; haluin hanggang maghalo. Haluin ang 1/2 cup pretzel, tsokolate chips at caramel topping.
b) I-drop sa pamamagitan ng bilugan na mga kutsarang 2 in. ang hiwalay sa mga greased baking sheet. Bahagyang patagin gamit ang ilalim ng baso; pindumaniwala ang natitirang pretzel sa ibabaw ng bawat isa. Maghurno ng 8-10 minuto o hanggang itakda.
c) Palamigin sa mga kawali ng 2 minuto. Alisin sa mga wire rack upang ganap na lumamig.

42. Hemp Buckeye Cookie

MGA INGREDIENTS:
- 1 pakete tsokolate keik mix (regular size)
- 2 malalaking itlog, temperatura ng silid
- 1/2 tasa ng mantika
- 1 tasang semisweet tsokolate chips
- 1 tasang kremay peanut butter
- 1/2 tasa ng asukal sa mga confectioner

MGA TAGUBILIN:
a) Painimaniwala ang hurno sa 350°.
b) Sa isang malaking mangkok, pagsamahin ang keik mix, itlog at mantika hanggang sa mahalo. Haluin ang tsokolate chips. Pindumaniwala ang kalahati ng kuwarta sa isang 10-in. cast-iron o iba pang ovenproof na kawali.
c) Pagsamahin ang mani mantikilyaat asukal sa mga confectioner; ikalat sa ibabaw ng masa sa kawali.
d) Pindumaniwala ang natitirang kuwarta sa pagitan ng mga sheet ng parchment sa isang 10-in. bilog; ilagay sa ibabaw ng pagpuno.
e) Maghurno hanggang lumabas ang isang toothpick na ipinasok sa gitna na may mga basa-basa na mumo, 20-25 minuto.

43. Keik Mix Sandwich Cookies

MGA INGREDIENTS:
- 1 18.25-ounce na kahon na pinaghalong tsokolate keik
- 1 itlog, temperatura ng silid
- ½ tasang mantikilya
- 1 12-ounce tub vanilla frosmaniwalag

MGA TAGUBILIN:
a) Painimaniwala ang oven sa 350°F.
b) Takpan ang isang cookie sheet na may isang layer ng parchment paper. Itabi.
c) Sa isang malaking mixing bowl, pagsamahin ang keik mix, itlog, at mantikilya. Gumamit ng electric mixer para gumawa ng makinis at pare-parehong batter.
d) I-roll ang cookie dough sa 1" na bola at ilagay ang mga ito sa cookie sheet. Pindumaniwala ang bawat bola gamit ang isang kutsara para ma-flat. Maghurno ng 10 minuto.
e) Hayaang lumamig nang lubusan ang cookies bago ilagay ang isang layer ng frosmaniwalag sa pagitan ng dalawang cookies.

44. Granola at Tsokolate Cookies

MGA INGREDIENTS:
- 1 18.25-ounce na tsokolate keik mix
- ¾ tasa ng mantikilya, pinalambot
- ½ tasang naka-pack na brown sugar
- 2 itlog
- 1 tasang granola
- 1 tasang pumaniwalag tsokolate chips
- 1 tasang pinatuyong seresa

MGA TAGUBILIN:
a) Painimaniwala muna ang oven sa 375°F.
b) Sa malaking mangkok, pagsamahin ang keik mix, butter, brown sugar, at mga itlog at talunin hanggang sa mabuo ang batter.
c) Haluin ang granola at pumaniwalag tsokolate chips. Mag-drop ng mga kutsarita nang humigit-kumulang 2 pulgada ang pagitan sa mga walang basang cookie sheet.
d) Maghurno ng 10–12 minuto o hanggang ang cookies ay maging mamaniwalagkad na ginintuang kayumanggi sa paligid ng mga gilid.
e) Palamigin sa mga cookie sheet sa loob ng 3 minuto, pagkatapos ay alisin sa wire rack.

45. Keik Kahon Sugar Cookies

MGA INGREDIENTS:
- 1 18.25-ounce na pumaniwalag tsokolate keik mix
- ¾ tasa ng mantikilya
- 2 puti ng itlog
- 2 kutsarang light krema

MGA TAGUBILIN:
a) Ilagay ang halo ng keik sa malaking mangkok. Gamit ang isang pastry blender o dalawang maniwalaidor, gupimaniwala ang mantikilya hanggang sa maging maayos ang mga particle.
b) Haluin ang puti ng itlog at krema hanggang sa halo-halong. Hugis bola ang kuwarta at takpan.
c) Palamigin nang hindi bababa sa dalawang oras at hanggang 8 oras sa refrigerator.
d) Painimaniwala muli ang oven sa 375°F.
e) Pagulungin ang kuwarta sa 1" na bola at ilagay sa walang basang mga cookie sheet. Patag sa ¼" kapal gamit ang ilalim ng salamin.
f) Maghurno ng 7–10 minuto o hanggang sa mamaniwalagkad na kayumanggi ang mga gilid ng cookie.
g) Palamigin sa mga cookie sheet sa loob ng 2 minuto, pagkatapos ay alisin sa mga wire rack upang ganap na lumamig.

46. German Keik Kahon Cookies

MGA INGREDIENTS:
- 1 18.25-ounce na kahon ng German tsokolate keik mix
- 1 tasang semisweet tsokolate chips
- 1 tasang oatmeal
- ½ tasang mantika
- 2 itlog, bahagyang pinalo
- ½ tasang pasas
- 1 kutsarita ng vanilla

MGA TAGUBILIN:
a) Painimaniwala ang oven sa 350°F.
b) Pagsamahin ang lahat ng sangkap. Haluing mabuti gamit ang electric mixer na nakatakda sa mababang bilis. Kung ang mga mumo ng harina ay nabuo, magdagdag ng isang dribble ng tubig.
c) I-drop ang kuwarta sa pamamagitan ng mga kutsara sa isang walang basang cookie sheet.
d) Maghurno ng 10 minuto.
e) Palamigin nang lubusan bago alisin ang cookies mula sa sheet at ilagay sa isang serving dish.

KREMA PUFFS

47. Cocktail Krema Puffs

MGA INGREDIENTS:
- ½ tasa mantikilya
- 1 tasa harina
- 4 na Itlog
- 1 tasa Tubig na kumukulo
- 2 kutsara mantikilya
- 1 tasa Pecans, maniwalaadtad
- 1½ tasa Manok, luto
- ¼ kutsarita asin
- 3 ounces Krema keso
- ¼ tasa Mayonnaise
- ¼ kutsarita balat ng limon

MGA TAGUBILIN:

a) Pagsamahin ang mantikilya at tubig na kumukulo sa isang kasirola. Magdagdag ng harina at asin, at pakuluan ng mga 2 minuto o hanggang sa maging malambot na bola. Magdagdag ng mga itlog, isa-isa, matalo nang mabuti.

b) Maglagay ng kutsarita ng halo sa isang greased baking sheet. Maghurno ng 20 - 22 minuto sa 425 degrees. Cool sa rack.

c) Matunaw ang mantikilya sa isang kawali; magdagdag ng pecans at lutuin sa mahinang apoy hanggang brown. Palamigin at pagsamahin ang natitirang mga sangkap . Gamimaniwala upang punan ang mga krema puff.

d) Gupimaniwala ang isang hiwa sa tuktok ng puff at punuin ito ng pagpuno ng manok. Palitan ang mga pang-itaas.

48. Mga Raspbaya Krema Puffs

MGA INGREDIENTS:
- 1 tasang tubig
- ½ tasang uninasnan butter
- 1 tasang all-purpose na harina
- 4 malalaking itlog
- ¼ kutsarita ng asin
- 1 tasang mabigat na krema
- ½ tasa ng raspbaya jam

MGA TAGUBILIN:
a) Painimaniwala muna ang iyong oven sa 425°F (220°C).
b) Pakuluan ang tubig, asin, at mantikilya sa isang kasirola.
c) Haluin ang harina hanggang sa mabuo ang isang makinis na masa.
d) Alisin mula sa init, hayaang lumamig nang bahagya.
e) Magdagdag ng mga itlog nang paisa-isa, ihalo nang mabuti pagkatapos ng bawat isa.
f) Maglagay ng mga kutsara sa isang baking sheet.
g) Maghurno ng 20-25 minuto.
h) Talunin ang mabibigat na krema hanggang sa mabuo ang stiff peak.
i) Gupimaniwala ang mga puff sa kalahati at punan ang mga ito ng raspbaya jam at whipped krema.

49. Hazelnut At Toasted Marshmallow Krema Puffs

MGA INGREDIENTS:
HAZELNUT PRALINE:
- 100 g ng mga hazelnut
- 30g granulated sugar
- 12 g ng tubig

PRALINE PASTRY KREMA:
- 142g buong gatas
- 75g praline paste
- 230g mabigat na krema
- 50g granulated sugar
- 22g gawgaw
- 45 g ng pula ng itlog
- 45g uninasnan butter, sa room temperature

COOKIES PARA SA CHOUX:
- 180g light brown sugar
- 150g all-purpose na harina
- 30 g Pili flour
- 85g uninasnan butter, gupimaniwala sa ¼-inch na piraso

PÂTE À CHOUX:
- 250g ng tubig
- 125g uninasnan butter, sa room temperature
- 2.5g kosher na asin
- 138g all-purpose na harina
- 250 hanggang 275g na mga itlog

SWISS MESINGSINGUE:
- 100g puti ng itlog
- 150g granulated sugar

MGA TAGUBILIN:
HAZELNUT PRALINE:
a) Painimaniwala muna ang oven sa 300°F. Iguhit ang isang baking sheet na may parchment paper at igisa ang mga hazelnut hanggang sa maging medyo ginintuang kayumanggi. Huwag mag-over-toast, dahil magpapatuloy sila sa pagluluto kapag caramelized.
b) Kuskusin ang mga hazelnut upang alisin ang kanilang mga balat.
c) Pagsamahin ang asukal at tubig sa isang maliit na kasirola sa katamtamang init. Pakuluan at lutuin ng 1 minuto.
d) Idagdag ang mainit na hazelnuts at haluin hanggang sa pantay-pantay ang mga ito at ma-caramelized.
e) Ilipat ang caramelized hazelnuts sa isang parchment o silpat-lined baking sheet upang ganap na lumamig.
f) Haluin ang 80g ng caramelized hazelnuts hanggang sa ito ay maging katulad ng cornmeal, pagkatapos ay idagdag ang gatas at timpla hanggang makinis. Itabi ang natitirang 20g ng caramelized whole hazelnuts.

PRALINE PASTRY KREMA:
g) Init ang pinaghalong gatas ng praline at mabigat na krema sa isang kasirola sa katamtamang init, patuloy na pagpapakilos.
h) Pagsamahin ang asukal at cornstarch sa isang maliit na mangkok, magdagdag ng mga pula ng itlog, at haluin hanggang maputla.
i) Dahan-dahang idagdag ang ¼ ng pinaghalong gatas sa mga pula ng itlog, pagkatapos ay ibalik ito sa kasirola at lutuin hanggang lumapot.
j) Alisin mula sa init, magdagdag ng mantikilya, at salain sa pamamagitan ng isang fine mesh salaan. Palamigin, takpan ng plastic wrap, at palamigin ng 2 oras o magdamag.

COOKIES PARA SA CHOUX:
k) Paghaluin ang brown sugar, all-purpose flour, at Pili meal sa mangkok ng stand mixer.
l) Magdagdag ng mantikilya at ihalo hanggang sa maisama, na bumubuo ng isang gumuhong timpla.
m) Igulong ang kuwarta sa pagitan ng parchment paper hanggang 1/16-pulgada ang kapal. I-freeze hanggang malamig.

PÂTE À CHOUX:

n) Painimaniwala muna ang oven sa 375°F.
o) Sa isang kasirola, pagsamahin ang tubig, mantikilya, at asin. Haluin hanggang matunaw ang mantikilya.
p) Haluin ang harina hanggang ang masa ay humiwalay sa mga gilid at maging makintab.
q) Ilipat ang kuwarta sa isang mangkok ng panghalo at ihalo sa mababang bilis.
r) Dahan-dahang magdagdag ng mga itlog hanggang sa lumayo ang masa mula sa mga gilid ngunit bahagyang bumabalik.
s) Ilipat ang kuwarta sa isang pastry bag at i-pipe ito sa isang silpat o parchment paper kasunod ng template.
t) Maglagay ng cookies sa ibabaw ng piped choux at pindumaniwala nang bahagya upang ma-secure.
u) Maghurno sa 375°F, pagkatapos ay bawasan sa 350°F sa loob ng 30-35 minuto, pagkatapos ay 325°F para sa isa pang 10 minuto.

SWISS MESINGSINGUE:

v) Pagsamahin ang mga puti ng itlog at asukal sa isang stand mixer bowl sa kumukulong tubig. Haluin hanggang umabot sa 60°C.
w) Hagupimaniwala sa medium-high speed sa loob ng 5-8 minuto hanggang sa mabuo ang glossy stiff peak.

ASSEMBLY:

x) Gupimaniwala ang krema puffs ¾ ng pataas.
y) Pipe ang praline pastry krema sa mga puff.
z) Pipe ang Swiss mesingsingue sa ibabaw ng pastry krema.
aa) Dahan-dahang i-toast ang mesingsingue gamit ang butane torch.
bb) Ilagay muli ang tuktok ng puff.
cc) I-pipe ang isang maliit na tuldok ng mesingsingue sa itaas at palamutihan ng buo at kalahamaniwalag caramelized hazelnuts.
dd) Ihain kaagad.

50.Strawbaya Krema Puffs

MGA INGREDIENTS:
PARA SA CRAQUELIN:
- 150g pinalambot na mantikilya
- 150g na asukal sa caster
- 180 g ng harina
- ½ kutsarita ng vanilla
- 1 kutsarita ng kulay rosas na pangkulay ng pagkain

PARA SA MGA KREMA PUFFS:
- 1 tasang tubig
- ½ tasa ng mantikilya, cubed
- 1 tasang all-purpose na harina
- 4 na itlog

PARA SA ORANGE KREMA AT STRAWBAYA FILLING:
- ½ tasang gatas
- ½ tasang krema
- 2 kutsarang asukal
- 2 pula ng itlog
- 2 kutsarang asukal
- ½ tasang diced strawbaya

MGA TAGUBILIN:
GAWIN ANG CRAQUELIN:
a) Krema butter at asukal hanggang maputla. Magdagdag ng vanilla essence at kulay rosas na pagkain. Haluing mabuti. Magdagdag ng harina at pagsamahin ang lahat. Igulong ang i-paste sa 1-pulgadang kapal sa isang baking sheet at i-freeze sa loob ng 30 minuto. Gupimaniwala ang mga 3-pulgadang bilog pagkatapos palamigin.
b) Painimaniwala muna ang iyong oven sa 200°C at lagyan ng parchment paper ang baking tray.

GUMAGAWA NG PASTRY PARA SA MGA BUNS:
c) Pakuluan ang tubig at mantikilya. Alisin mula sa init at idagdag ang lahat ng harina nang sabay-sabay. Haluin nang masigla hanggang sa mabuo ang isang bola. Itakda ang kasirola sa mahinang apoy at lutuin ng 3-5 minuto. Alisin sa init at hayaang lumamig.
d) Magdagdag ng mga itlog nang paisa-isa, ihalo nang mabuti pagkatapos ng bawat karagdagan. Ilipat ang pastry sa isang piping bag at pipe spheres sa baking tray.
e) Maghurno ng 10 minuto, pagkatapos ay bawasan ang temperatura sa 165°C at maghurno para sa isa pang 20 minuto hanggang kayumanggi. Huwag buksan ang pinto ng oven habang nagluluto.
f) Habang lumalamig ang mga buns, gawin ang pagpuno: Haluin ang mga pula ng itlog at asukal sa isang mangkok. Sa isang kasirola, kumulo ang gatas at krema, pagkatapos ay idagdag ang vanilla. Dahan-dahang idagdag ang pinaghalong gatas sa pinaghalong pula ng itlog, patuloy na paghahalo. Lutuin hanggang mabula sa ibabaw. Alisin mula sa init, pilimaniwala kung kinakailangan, at hayaan itong lumamig. Magdagdag ng orange zest at tiklupin sa diced strawbaya.
g) Punan ang krema puffs ng orange at strawbaya filling. Ihain kaagad. Tangkilikin ang iyong Strawbaya Krema Puffs!

51. Limon Curd Krema Puffs

MGA INGREDIENTS:
- 1 tasang tubig
- ½ tasang uninasnan butter
- 1 tasang all-purpose na harina
- 4 malalaking itlog
- ¼ kutsarita ng asin
- 1 tasang limon curd
- Powdered sugar para sa pag-aalis ng alikabok

MGA TAGUBILIN:
a) Painimaniwala muna ang iyong oven sa 425°F (220°C).
b) Pakuluan ang tubig, asin, at mantikilya sa isang kasirola.
c) Haluin ang harina hanggang sa mabuo ang isang makinis na masa.
d) Alisin mula sa init, hayaang lumamig nang bahagya.
e) Magdagdag ng mga itlog nang paisa-isa, ihalo nang mabuti pagkatapos ng bawat isa.
f) Maglagay ng mga kutsara sa isang baking sheet.
g) Maghurno ng 20-25 minuto.
h) Kapag pinalamig, punuin ng limon curd.
i) Alikabok ng may pulbos na asukal.

52. Hazelnut Praline Krema Puffs

MGA INGREDIENTS:
- 1 tasang tubig
- ½ tasang uninasnan butter
- 1 tasang all-purpose na harina
- 4 malalaking itlog
- ¼ kutsarita ng asin
- 1 tasa ng hazelnut praline paste
- ¼ tasa maniwalaadtad na inihaw na mga hazelnut

MGA TAGUBILIN:
a) Painimaniwala muna ang iyong oven sa 425°F (220°C).
b) Sa isang kasirola, pakuluan ang tubig, asin, at mantikilya.
c) Haluin ang harina hanggang sa mabuo ang isang makinis na masa.
d) Alisin mula sa init, hayaang lumamig nang bahagya.
e) Magdagdag ng mga itlog nang paisa-isa, ihalo nang mabuti pagkatapos ng bawat isa.
f) Pipe ang kuwarta sa maliliit na bilog sa isang baking sheet.
g) Maghurno ng 20-25 minuto.
h) Punan ng hazelnut praline paste.
i) Budburan ng maniwalaadtad na inihaw na mga hazelnut.

53. Asulbaya Krema Puffs

MGA INGREDIENTS:
- 1 tasang tubig
- ½ tasang uninasnan butter
- 1 tasang all-purpose na harina
- 4 malalaking itlog
- ¼ kutsarita ng asin
- 1 tasa ng asulbaya jam
- Powdered sugar para sa pag-aalis ng alikabok

MGA TAGUBILIN:
a) Painimaniwala muna ang iyong oven sa 425°F (220°C).
b) Pakuluan ang tubig, asin, at mantikilya sa isang kasirola.
c) Haluin ang harina hanggang sa mabuo ang isang makinis na masa.
d) Alisin mula sa init, hayaang lumamig nang bahagya.
e) Magdagdag ng mga itlog nang paisa-isa, ihalo nang mabuti pagkatapos ng bawat isa.
f) Maglagay ng mga kutsara sa isang baking sheet.
g) Maghurno ng 20-25 minuto.
h) Punan ang mga krema puff na may asulbaya jam.
i) Alikabok ng may pulbos na asukal.

54. Coconut Krema Puffs

MGA INGREDIENTS:
- 1 tasang tubig
- ½ tasang uninasnan butter
- 1 tasang all-purpose na harina
- 4 malalaking itlog
- ¼ kutsarita ng asin
- 1 tasang coconut pastry krema
- Mga toasted coconut flakes para sa dekorasyon

MGA TAGUBILIN:
a) Painimaniwala muna ang iyong oven sa 425°F (220°C).
b) Pakuluan ang tubig, asin, at mantikilya sa isang kasirola.
c) Haluin ang harina hanggang sa mabuo ang isang makinis na masa.
d) Alisin mula sa init, hayaang lumamig nang bahagya.
e) Magdagdag ng mga itlog nang paisa-isa, ihalo nang mabuti pagkatapos ng bawat isa.
f) Maglagay ng mga kutsara sa isang baking sheet.
g) Maghurno ng 20-25 minuto.
h) Punan ang krema puffs ng coconut pastry krema at palamutihan ng toasted coconut flakes.

55. Espresso Sarsa Krema Puffs

MGA INGREDIENTS:
PUFFS:
- ½ tasang tubig
- ¼ tasa ng inasnan na mantikilya, gupimaniwala
- ½ kutsarita ng butil na asukal
- ¼ kutsarita ng asin
- ½ tasang all-purpose na harina
- 3 malalaking itlog, hinati
- asukal sa pulbos, para sa pag-aalis ng alikabok

VANILLA MASCARPONE KREMA:
- 1 (8-onsa) na lalagyan ng mascarpone keso
- 1 vanilla-flavor puding snack cup
- 2 kutsarang asukal sa pulbos
- 1 kutsarita vanilla extract

TSOKOLATE-ESPRESSO SARSA:
- 4 ounces mapait na tsokolate, maniwalaadtad
- ½ tasang mabigat na whipping krema
- 2 kutsarita ng giniling na espresso beans

MGA TAGUBILIN:

a) Painimaniwala muna ang hurno sa 400 degrees at linya ng baking sheet na may parchment paper. Gumuhit ng anim na 2-¼-pulgadang bilog, na may pagitan ng dalawang pulgada sa parchment paper. I-flip ang papel sa ibabaw ng baking sheet at itabi ito.

b) Sa isang kasirola, pagsamahin ang tubig, mantikilya, butil na asukal, at asin. Dalhin ang timpla sa isang pigsa. Magdagdag ng harina nang sabay-sabay at lutuin, pukawin nang masigla gamit ang isang kahoy na kutsara sa loob ng 2 minuto. Alisin mula sa init at hayaang lumamig ng 5 minuto. Magdagdag ng 2 itlog, paisa-isa, matalo nang mabuti gamit ang isang kahoy na kutsara pagkatapos ng bawat karagdagan.

c) Punan ang isang pastry bag na nilagyan ng ½-inch plain pastry tip sa kuwarta. Pipe ang kuwarta sa mga spiral papunta sa parchment paper, simula sa gilid ng mga bilog at nagtatrabaho patungo sa gitna, unti-unmaniwalag imaniwalaaas ang bag. I-brush ang natitirang pinalo na itlog sa ibabaw ng kuwarta, bahagyang makinis ang mga ibabaw.

d) Maghurno ng 25 hanggang 30 minuto o hanggang ang mga puff ay maging golden brown at matibay. Gumamit ng toothpick na gawa sa kahoy para butasin ang bawat pastry para makalabas ang singaw. Ilipat ang mga ito sa isang wire rack upang palamig.

e) Ihanda ang Vanilla Mascarpone Krema: Sa isang medium bowl, pagsamahin ang mascarpone keso, ang vanilla pudding snack cup, powdered sugar, at vanilla extract. Itabi.

f) Ihanda ang Tsokolate-Espresso Sarsa: Ilagay ang tsokolate sa isang maliit na mangkok na hindi maniwalaatablan ng init at itabi ito. Pagsamahin ang mabibigat na krema at espresso beans sa isang mangkok na ligtas sa microwave. Microwave sa mataas na 1 minuto, o hanggang sa magsimula itong kumulo. Salain ang pinaghalong sa pamamagitan ng isang fine-mesh na salaan na inilagay sa ibabaw ng mangkok ng tsokolate upang alisin ang mga solidong espresso.

g) Hayaang tumayo ng 1 minuto ang pinaghalong tsokolate-espresso, pagkatapos ay haluin ito hanggang makinis.

h) Gupimaniwala ang krema puffs sa kalahati. Kutsara ang Vanilla Mascarpone Krema sa ilalim na mga bahagi. Palitan ang mga tuktok. Ibuhos ang Tsokolate-Espresso Sarsa sa ibabaw. Kung ninanais, salain ang mga ito ng karagdagang asukal sa pulbos.

56. Chai Krema Puffs

MGA INGREDIENTS:
PARA SA PATE A CHOUX
- 1 tasang tubig
- ½ tasa ng mantikilya, gupimaniwala sa mga cube
- ½ kutsarita ng asin
- 1 kutsarang asukal
- 1 tasang harina
- 4 na itlog

PARA SA CHAI WHIPPED KREMA FILLING
- 1 ½ tasang mabigat na krema
- ¼ tasa ng chai concentrate
- ¾ tasa pumaniwalag tsokolate chips, natunaw
- Ground cinnamon

MGA TAGUBILIN:
PARA SA PATE A CHOUX:
a) Painimaniwala muna ang oven sa 425°F.

b) Iguhit ang isang baking sheet na may parchment paper at itabi ito. Sa isang katamtamang kasirola sa katamtamang init, pagsamahin ang tubig, mantikilya, asin, at asukal.

c) Pakuluan hanggang matunaw ang mantikilya, at kumulo ang timpla. Alisin ang pinaghalong mula sa apoy at ihalo ang harina gamit ang isang kahoy na kutsara. Ibalik ang pinaghalong sa apoy at ipagpatuloy ang paghahalo hanggang sa magsimulang lumabas ang timpla sa mga gilid ng kawali at magkaroon ng bola.

d) Alisin mula sa init at hayaang lumamig ang timpla sa loob ng 4-5 minuto. Haluin ang mga itlog nang paisa-isa. Ang timpla ay maaasingsing masira o maghiwa-hiwalay sa bawat karagdagan, ngunit dapat itong magsama-sama bago idagdag ang karagdagang itlog. Ang iyong pastry ay dapat na makintab at may makinis na pagkakapare-pareho.

e) Ilipat ito sa isang piping bag na nilagyan ng malaking bilog na dulo (tulad ng coupler) at i-pipe ito nang humigit-kumulang 2 pulgada ang layo sa baking sheet. Gumamit ng kaunmaniwalag tubig upang pakinisin ang mga taluktok sa bawat punso ng kuwarta.

f) Maghurno ng 10 minuto sa 425°F, pagkatapos ay bawasan ang temperatura ng oven sa 375°F at maghurno ng 15-20 minuto o hanggang sa ginintuang kayumanggi. Hayaang lumamig nang lubusan ang mga shell bago punan.

PARA SA CHAI WHIPPED KREMA FILLING:

g) Tiyaking malamig ang lahat bago magsimula, kasama ang iyong mixer bowl.
h) Sa isang stand mixer na nilagyan ng whisk attachment, whisk ang heavy krema sa medium-high speed hanggang sa mabuo ang stiff peak. Haluin ang chai concentrate hanggang sa pagsamahin lang.
i) Palamigin ang timpla sa refrigerator hanggang kinakailangan.

PARA MAGTITIPON:

j) Punan ang piping bag na nilagyan ng malaking bilog na dulo (tulad ng Wilton 12) ng chai whipped krema filling.
k) Ipasok ang tip ng piping bag sa ilalim ng isang cooled krema puff shell. Pinupunan ng tubo ang pinalamig na shell hanggang sa magsimula itong tumulo nang bahagya.
l) Isawsaw ang filled krema puffs sa maniwalaunaw na pumaniwalag tsokolate at alikabok na may ground cinnamon. Enjoy!

57.Pili Krema Puffs

MGA INGREDIENTS:
- 1 tasang tubig
- ½ tasang uninasnan butter
- 1 tasang all-purpose na harina
- 4 malalaking itlog
- ¼ kutsarita ng asin
- 1 tasang Pili pastry krema
- Hiniwang mga almendras para sa dekorasyon

MGA TAGUBILIN:
a) Painimaniwala muna ang iyong oven sa 425°F (220°C).
b) Sa isang kasirola, pakuluan ang tubig, asin, at mantikilya.
c) Haluin ang harina hanggang sa mabuo ang isang makinis na masa.
d) Alisin mula sa init, hayaang lumamig nang bahagya.
e) Magdagdag ng mga itlog nang paisa-isa, ihalo nang mabuti pagkatapos ng bawat isa.
f) Pipe ang kuwarta sa maliliit na bilog sa isang baking sheet.
g) Maghurno ng 20-25 minuto.
h) Punan ang mga puff na may Pili pastry krema.
i) Palamutihan ng hiniwang mga almendras.

ECLAIRS

58. Mini Tsokolate Eclairs

MGA INGREDIENTS:
- 1 sheet puff pastry, lasaw
- 1 tasang buong gatas
- 2 kutsarang uninasnan butter
- 2 kutsarang all-purpose na harina
- 2 kutsarang cocoa powder
- 2 kutsarang butil na asukal
- Kurot ng asin
- 2 malalaking itlog
- 1 tasang mabigat na krema
- 2 kutsarang asukal sa pulbos
- Tsokolate ganache o maniwalaunaw na tsokolate para sa topping (opsyonal)

MGA TAGUBILIN:

a) Painimaniwala muna ang oven sa 400°F (200°C).

b) Igulong ang natunaw na puff pastry sheet at gupimaniwala ito sa maliliit na parihaba, humigit-kumulang 3 pulgada ang haba at 1 pulgada ang lapad.

c) Ilagay ang mga parihaba ng pastry sa isang baking sheet na nilagyan ng parchment paper.

d) Sa isang kasirola, init ang gatas at mantikilya sa katamtamang apoy hanggang sa matunaw ang mantikilya at kumulo ang timpla.

e) Sa isang hiwalay na mangkok, haluin ang harina, cocoa powder, granulated sugar, at asin.

f) Dahan-dahang idagdag ang tuyong timpla sa kumukulong gatas, patuloy na ihalo hanggang sa lumapot ang timpla at maalis sa mga gilid ng kawali.

g) Alisin ang kasirola mula sa apoy at hayaan itong lumamig nang bahagya.

h) Talunin ang mga itlog, nang paisa-isa, siguraduhin na ang bawat itlog ay ganap na pinagsama bago idagdag ang susunod.

i) Ilipat ang pinaghalong sa isang piping bag na nilagyan ng bilog na dulo.

j) I-pipe ang timpla sa mga inihandang parihaba ng pastry, na bumubuo ng isang linya pababa sa gitna.

k) Ihurno ang mga eclair sa preheated oven sa loob ng 15-20 minuto, o hanggang sa ginintuang kayumanggi at puffed.

l) Alisin mula sa oven at hayaan silang ganap na lumamig.

m) Sa isang mixing bowl, hagupimaniwala ang heavy krema at powdered sugar hanggang sa mabuo ang stiff peak.

n) Gupimaniwala ang pinalamig na mga eclair sa kalahati nang pahalang at i-pipe o kutsara ang whipped krema papunta sa ilalim na mga kalahati.

o) Ilagay ang mga tuktok na kalahati ng mga eclair pabalik sa ibabaw ng krema.

p) Opsyonal: Ibuhos ang tsokolate ganache o maniwalaunaw na tsokolate para sa karagdagang indulhensiya.

q) Ihain ang masarap na mini tsokolate eclair na ito bilang isang masarap na pastry treat.

59. Mga Cookies At Krema Éclairs

MGA INGREDIENTS:
PARA SA CHOUX PASTRY:
- 1 tasang tubig
- ½ tasang uninasnan butter
- 1 tasang all-purpose na harina
- ½ kutsarita ng asin
- 1 kutsarang asukal
- 4 malalaking itlog

PARA SA COOKIES AT KREMA FILLING:
- 1 ½ tasang mabigat na krema
- ¼ tasa ng pulbos na asukal
- 1 kutsarita vanilla extract
- 10 tsokolate sandwich cookies, durog

PARA SA TSOKOLATE GANACHE:
- 1 tasang semisweet tsokolate chips
- ½ tasang mabigat na krema
- 2 kutsarang uninasnan butter

MGA TAGUBILIN:
CHOUX PASTRY:
a) Painimaniwala muna ang iyong oven sa 425°F (220°C). Iguhit ang isang baking sheet na may parchment paper.
b) Sa isang kasirola sa katamtamang init, pagsamahin ang tubig, mantikilya, asin, at asukal. Pakuluan.
c) Alisin mula sa init at mabilis na ihalo ang harina hanggang sa mabuo ang masa.
d) Ibalik ang kawali sa mababang init at lutuin ang kuwarta, patuloy na pagpapakilos, para sa 1-2 minuto upang matuyo ito.
e) Ilipat ang kuwarta sa isang malaking mangkok ng paghahalo. Hayaang lumamig ng ilang minuto.
f) Magdagdag ng mga itlog nang paisa-isa, matalo nang mabuti pagkatapos ng bawat karagdagan hanggang sa makinis at makintab ang masa.
g) Ilipat ang kuwarta sa isang piping bag na nilagyan ng malaking bilog na dulo. I-pipe ang 4-inch long strips sa inihandang baking sheet.

h) Maghurno ng 15 minuto sa 425°F, pagkatapos ay bawasan ang temperatura sa 375°F (190°C) at maghurno ng karagdagang 20 minuto o hanggang sa ginintuang kayumanggi. Hayaang lumamig nang lubusan.

COOKIES AT KREMA FILLING:
i) Sa isang mangkok ng paghahalo, hagupimaniwala ang mabigat na krema hanggang sa mabuo ang malambot na mga taluktok.
j) Magdagdag ng powdered sugar at vanilla extract. Ipagpatuloy ang paghagupit hanggang sa mabuo ang stiff peak.
k) Dahan-dahang tiklupin ang dinurog na tsokolate sandwich cookies.

TSOKOLATE GANACHE:
l) Ilagay ang mga tsokolate chips sa isang mangkok na hindi maniwalaatablan ng init.
m) Sa isang kasirola, init ang mabigat na krema hanggang sa magsimula itong kumulo.
n) Ibuhos ang mainit na krema sa ibabaw ng tsokolate at hayaan itong umupo ng isang minuto.
o) Haluin hanggang makinis, pagkatapos ay ilagay ang mantikilya at haluin hanggang matunaw.

ASSEMBLY:
p) Gupimaniwala ang bawat pinalamig na eclair sa kalahati nang pahalang.
q) Sandok o i-pipe ang cookies at krema filling sa ibabang kalahati ng bawat eclair.
r) Ilagay ang tuktok na kalahati ng eclair sa pagpuno.
s) Isawsaw ang tuktok ng bawat eclair sa tsokolate ganache o kutsara ang ganache sa ibabaw.
t) Hayaang mag-set ang ganache ng ilang minuto.
u) Opsyonal, magwiwisik ng karagdagang durog na cookies sa itaas para sa dekorasyon.
v) Ihain at tikman ang masarap na kumbinasyon ng kremay filling at rich tsokolate ganache sa bawat Cookie at Krema Éclair!

60. Tsokolate Hazelnut Éclairs

MGA INGREDIENTS:
PARA SA CHOUX PASTRY:
- 1 tasang tubig
- ½ tasang uninasnan butter
- 1 tasang all-purpose na harina
- 4 malalaking itlog

PARA SA PAGPUPUNO:
- 2 tasang pastry krema
- ½ tasang Nutella (hazelnut spread)

PARA SA TSOKOLATE HAZELNUT GANACHE:
- 1 tasa ng maitim na tsokolate, maniwalaadtad
- ½ tasang mabigat na krema
- ¼ tasa ng hazelnuts, maniwalaadtad (para sa dekorasyon)

MGA TAGUBILIN:
CHOUX PASTRY:
a) Sa isang kasirola, pagsamahin ang tubig at mantikilya. Pakuluan.
b) Magdagdag ng harina at pukawin nang masigla hanggang sa maging bola ang timpla. Alisan sa init.
c) Hayaang lumamig nang bahagya ang kuwarta, pagkatapos ay magdagdag ng mga itlog nang paisa-isa, haluing mabuti pagkatapos ng bawat karagdagan.
d) Ilipat ang kuwarta sa isang piping bag at pipe eclairs sa isang baking sheet.
e) Maghurno sa isang preheated oven sa 375°F (190°C) sa loob ng 25-30 minuto o hanggang sa ginintuang kayumanggi.

PAGPUPUNO:
f) Kapag ang mga eclair ay lumamig, gupimaniwala ang mga ito sa kalahati nang pahalang.
g) Paghaluin ang Nutella sa pastry krema hanggang sa mahusay na pinagsama.
h) Punan ang bawat eclair ng tsokolate hazelnut filling gamit ang piping bag o kutsara.

TSOKOLATE HAZELNUT GANACHE:
i) Init ang mabibigat na krema sa isang kasirola hanggang sa magsimula itong kumulo.
j) Ibuhos ang mainit na krema sa maniwalaadtad na dark tsokolate. Hayaang umupo ng isang minuto, pagkatapos ay haluin hanggang makinis.
k) Isawsaw ang tuktok ng bawat eclair sa tsokolate hazelnut ganache, na maniwalaitiyak ang pantay na patong.
l) Budburan ang mga maniwalaadtad na hazelnut sa ibabaw para sa dekorasyon.
m) Hayaang mag-set ang ganache ng mga 15 minuto bago ihain.
n) Masiyahan sa iyong dekadenteng Tsokolate Hazelnut Éclairs!

61. Kahel Éclairs

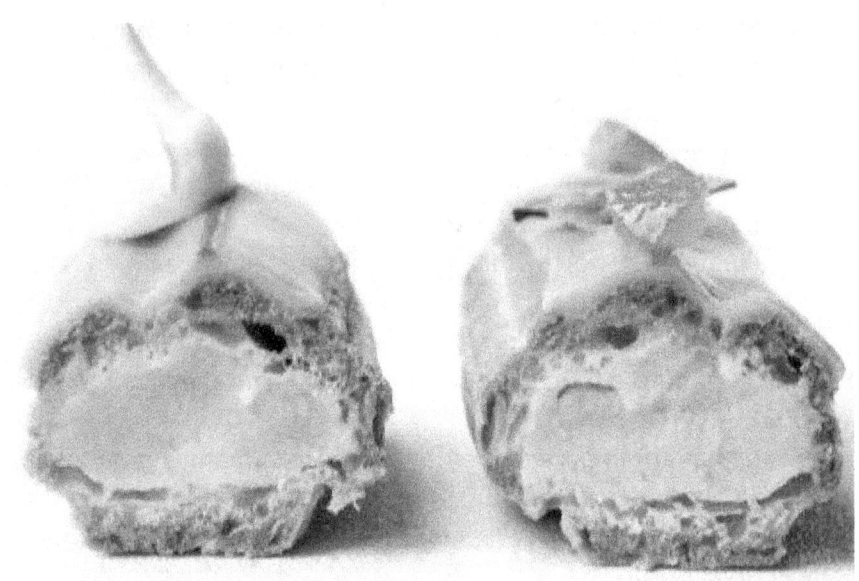

MGA INGREDIENTS:
ÉCLAIRS:
- 3 kutsarang 70% buttermilk-vegetable oil spread
- ¼ kutsarita ng asin
- ¾ tasa ng all-purpose na harina
- 2 itlog
- 1 puti ng itlog

PASTRY KREMA:
- ⅔ tasa ng 1% na mababang-taba na gatas
- 3 kutsarang asukal
- 4 na kutsarita na all-purpose na harina
- 2 kutsarita ng gawgaw
- ⅛ kutsarita ng asin
- 1 pula ng itlog
- 1 kutsarita 70% buttermilk-vegetable oil spread
- 2 kutsarita na gadgad na orange zest
- 1 kutsarita ng orange extract
- ½ kutsarita ng vanilla
- 12 tasang frozen nonfat, nondairy whipped topping, lasaw

TSOKOLATE GLAZE:
- ¼ tasang low-fat sweetened condensed milk
- 2 kutsarang unsweetened cocoa powder
- 2-4 kutsarita ng tubig (kung kinakailangan)

MGA TAGUBILIN:
ÉCLAIRS:
a) Sa isang maliit na kasirola, pagsamahin ang vegetable oil spread, asin, at ¾ tasa ng tubig. Pakuluan. Alisan sa init.
b) Magdagdag ng harina nang sabay-sabay at mabilis na ihalo gamit ang isang kahoy na kutsara hanggang sa ang timpla ay magkakasama sa isang bola.
c) Ilagay ang kasirola sa mahinang apoy sa loob ng 3-4 minuto upang matuyo ang kuwarta, patuloy na paghahalo sa isang kahoy na kutsara. Ang kuwarta ay dapat na malambot at hindi malagkit.
d) Ilipat ang kuwarta sa isang food processor o isang malaking mangkok ng isang heavy-duty electric mixer. Palamig ng 5 minuto.
e) Magdagdag ng mga itlog at puti ng itlog, isa-isa, paghahalo hanggang sa ganap na makinis pagkatapos ng bawat karagdagan.
f) Pahiran ng nonstick spray ang isang baking sheet. Punan ang isang malaking pastry bag (nang walang tip) sa kuwarta. Pigain ang 8 eclair, bawat isa ay 1" ang lapad at 4" ang haba, papunta sa baking sheet. Hayaang tumayo ang mga ito nang hindi bababa sa 10 minuto upang matuyo.
g) Painimaniwala muna ang oven sa 375°F. Maghurno ng 35-40 minuto o hanggang maging ginintuang at maluto lahat. Ilipat sa isang rack upang palamig.

PASTRY KREMA:
h) Sa isang maliit na kasirola, haluin ang gatas, asukal, harina, gawgaw, at asin hanggang sa maghalo.
i) Magluto sa katamtamang init, patuloy na pagpapakilos, hanggang sa kumulo ang halo at lumapot sa loob ng 4-5 minuto.
j) Alisan sa init. Sa isang maliit na mangkok, bahagyang talunin ang pula ng itlog. Dahan-dahang ihalo ang humigit-kumulang ¼ tasa ng mainit na pinaghalong gatas.
k) Ibalik ang pinaghalong pula ng itlog sa pinaghalong gatas sa kawali. Ibalik ang kawali sa katamtamang mababang init at haluin ang timpla hanggang sa magsimula itong kumulo mga 30 segundo. Alisan sa init.
l) Haluin ang vegetable oil spread, zest, at orange at vanilla extract hanggang makinis at matunaw. Ilipat sa isang mangkok.

m) Pindumaniwala ang plastic wrap nang direkta sa ibabaw. Palamig sa temperatura ng silid, pagkatapos ay palamig nang husto sa refrigerator, sa loob ng mga 2 oras.
n) Tiklupin sa whipped topping. Palamigin hanggang handa na mag-assemble.

PAGTITIPON NG MGA ECLAIR:
o) Gupimaniwala ang bawat eclair sa kalahamaniwalag pahaba.
p) Kutsara ang tungkol sa 3 kutsara ng pastry krema sa bawat ilalim ng eclair. Palitan ang mga pang-itaas.

TSOKOLATE GLAZE:
q) Sa isang maliit na kasirola, pagsamahin ang condensed milk at cocoa powder.
r) Init sa mahinang apoy, patuloy na pagpapakilos, hanggang sa ang timpla ay bula at lumapot, 1-2 minuto.
s) Kumalat sa tuktok ng mga eclair. Kung ang glaze ay masyadong makapal, manipis na may 2-4 na kutsarita ng tubig.
t) Ihain kaagad at tamasahin ang masarap na Éclairs à l'Orange!

62. Passion Prutas Éclairs

MGA INGREDIENTS:
PARA SA MGA ÉCLAIR:
- ½ tasang Anolted Butter
- 1 tasang Tubig
- 1 tasang All-Purpose Flour
- ¼ kutsarita ng Kosher Salt
- 4 na Itlog

PARA SA PASSION PRUTAS PASTRY KREMA:
- 6 Passion Prutas (juiced)
- 5 Yolks ng Itlog
- ⅓ tasa ng Corn Starch
- ¼ kutsarita ng Kosher Salt
- ⅔ tasa ng Granulated Sugar
- 2 tasang Buong Gatas
- 1 kutsarang Mantikilya

MGA TAGUBILIN:
PARA SA MGA ÉCLAIR:
a) Painimaniwala muna ang oven sa 425°F.
b) Sa isang malaking palayok sa kalan, pakuluan ang tubig at mantikilya.
c) Gumalaw sa asin, at pagkatapos na matunaw, magdagdag ng harina, pagpapakilos hanggang sa ito ay bumuo ng isang gelamaniwalaous bola.
d) Ilipat ang mainit na kuwarta sa isang mangkok ng paghahalo at hayaan itong lumamig ng 2 minuto.
e) Magdagdag ng mga itlog nang paisa-isa, pagpapakilos hanggang sa ganap na maisama.
f) Ilipat ang kuwarta sa isang piping bag.
g) Sa isang baking sheet na nilagyan ng parchment, i-pipe ang 3-inch long tubes ng dough.
h) Maghurno hanggang sa ginintuang kayumanggi, humigit-kumulang 20-25 minuto.
i) Hayaang lumamig ang mga eclair at pagkatapos ay hatiin ang mga ito sa kalahati, i-sandwich ang filling sa pagitan ng mga kalahati, o gumamit ng pastry bag upang i-pipe ang laman sa loob.

PARA SA PASSION PRUTAS PASTRY KREMA:

j) Juice ang passion prutas, pilit na alisin ang mga buto.
k) Sa isang mangkok, pagsamahin ang mga pula ng itlog, cornstarch, asin, at asukal.
l) Dahan-dahang magdagdag ng mainit na gatas sa pinaghalong itlog habang patuloy na hinahalo upang maiwasan ang pag-scrambling.
m) Ibuhos muli ang timpla sa isang kasirola at init sa katamtamang apoy hanggang sa lumapot ito na parang puding.
n) Alisin mula sa init, magdagdag ng passion prutas juice at mantikilya sa mainit na pastry krema, pagpapakilos hanggang sa ganap na pinagsama.
o) Hayaang lumamig ang pastry krema sa temperatura ng kuwarto, pagkatapos ay palamigin na natatakpan ng plastic wrap hanggang sa 3 araw.
p) Kapag handa nang mag-assemble, ilipat ang pinalamig na pastry krema sa isang pastry bag, hiwain ang eclair, at punuin ang loob ng krema.

63. Buong TrigoPrutasy Éclairs

MGA INGREDIENTS:
CHOUX PASTRY:
- ½ tasang tubig
- ¼ tasa ng uninasnan butter
- Kurot ng asin
- ¼ tasang All-Purpose Flour
- ¼ tasa ng buong harina ng trigo
- 2 piraso buong itlog

PAGPUPUNO:
- 1 tasang nonfat milk – o nondairy nut milk
- 2 kutsarang timpla ng asukal sa stevia
- 1 pirasong pula ng itlog
- 2 kutsarang Cornstarch
- Kurot ng asin
- 1 kutsarita ng vanilla
- ½ tasa ng whipping krema
- Mga sariwang prutas para sa topping

MGA TAGUBILIN:
a) Painimaniwala muna ang oven sa 375 °F/190Grase at linyahan ang isang cookie sheet.
b) Sa isang kasirola, pagsamahin ang tubig, mantikilya, at asin. Painimaniwala hanggang matunaw ang mantikilya at kumulo ang tubig. Ibaba ang init. Magdagdag ng harina at pukawin nang masigla hanggang sa umalis ang timpla sa mga gilid ng kawali. Alisin mula sa init at palamig nang bahagya. Gamit ang isang kahoy na kutsara; Talunin ang mga itlog nang paisa-isa, hanggang sa makinis.
c) Ipagpatuloy ang paghampas hanggang sa napakakinis at makintab. Ilipat ang halo sa isang pastry bag. I-pipe out ang mga strip na mga 3-pulgada ang haba, at 2 pulgada ang layo. Maghurno sa 375F para sa 30-45 minuto; ipagpatuloy ang pagluluto hanggang ang mga éclair ay kayumanggi at ganap na tuyo. Palamig sa mga wire rack.

MAGHANDA NG KREMA FILLING:
d) Sa isang kasirola, pagsamahin ang asukal, cornstarch, asin, gatas, at pula ng itlog. Magluto sa medium-low heat, patuloy na pagpapakilos hanggang sa lumapot ang timpla. Alisan sa init. Haluin ang vanilla. Palamigin upang lumamig.
e) Kapag lumamig na ang custard, maingat na tiklupin ang whipped krema. Ilagay sa isang piping bag.

PARA MAGTITIPON:
f) Punan ang mga pastry na may krema filling at palamutihan ng mga sariwang prutas.
g) maglingkod.

64. Passion Prutas At Raspbaya Éclairs

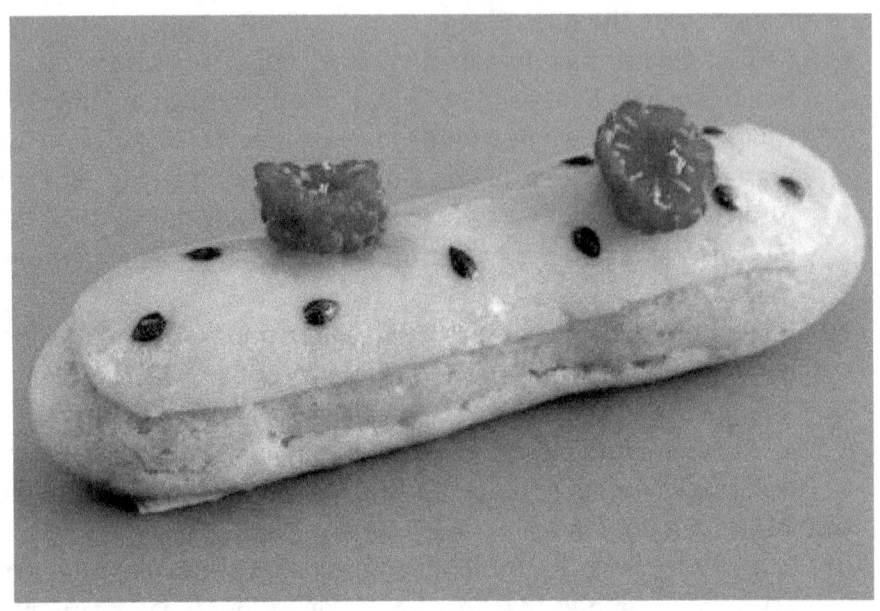

MGA INGREDIENTS:
PARA SA NEUTRAL GLAZE:
- 125g Tubig
- 5g NH pecmaniwala (1 kutsarita)
- 30g Granulated sugar
- 100g Granulated sugar
- 8g Glucose syrup

PARA SA PASSION PRUTAS KREMA:
- 75g Passion prutas juice (mga 7 prutas)
- 10g limon juice
- 1 g gelamaniwala
- 105g Itlog (~2)
- 85g Granulated sugar
- 155g Mantikilya (temperatura ng kwarto)

PARA SA RASPBAYA CONFIT:
- 60g Granulated sugar
- 4g Pecmaniwala (halos isang kutsarita)
- 90 g ng Raspbaya juice
- 30g glucose syrup
- 20g limon juice

PARA SA CHOUX PASTRY:
- 85g ng Gatas
- 85g Tubig
- 1 kurot na Asin
- 85g uninasnan butter
- 85g harina ng maniwalaapay
- 148g na Itlog
- 3g ng Asukal
- 1 katas ng vanilla

DEKORasyon:
- 100g Pili paste (na may 50% ng mga almendras)
- Dilaw na pangkulay (kung kinakailangan)
- Pangkulay ng orange (kung kinakailangan)
- Kislap ng gintong pagkain (opsyonal)
- 20 Mga sariwang raspbaya

MGA TAGUBILIN:
PARA SA NEUTRAL GLAZE:
a) Paghaluin ang 30g ng asukal sa pecmaniwala.
b) Init ang tubig sa isang kasirola, isama ang asukal at pecmaniwala habang patuloy na hinahalo.
c) Idagdag ang natitirang asukal at glucose, patuloy na pagpapakilos, at pakuluan.
d) Salain ang pinaghalong at palamigin nang hindi bababa sa 24 na oras bago gamimaniwala.

PARA SA PASSION PRUTAS KREMA:
e) Gupimaniwala ang mga passion prutas sa dalawa, kunin ang pulp, at pilimaniwala upang makuha ang katas.
f) Hayaang mamukadkad ang gelamaniwala sa passion prutas juice sa loob ng 5 minuto.
g) Pagsamahin ang passion prutas juice, limon juice, asukal, at mga itlog sa isang mangkok sa kumukulong tubig, ihalo hanggang lumapot.
h) Palamigin ang krema nang mabilis sa 45°C, pagkatapos ay idagdag ang diced butter ng dalawang beses, ihalo sa isang immersion blender. Palamigin sa isang piping bag.

PARA SA RASPBAYA CONFIT:
i) Paghaluin at salain ang mga sariwang raspbaya upang alisin ang mga buto (ang kabuuang timbang pagkatapos ng hakbang na ito ay dapat na 90g).
j) Pakuluan ang raspbaya juice, ihalo ang asukal at pecmaniwala, idagdag sa mga raspbaya, at pakuluan. Palamigin hanggang kailanganin.

PARA SA CHOUX PASTRY:
k) Pakuluan ang gatas, tubig, asin, at mantikilya sa isang kasirola. Siguraduhin na ang mantikilya ay ganap na natunaw.
l) Alisin mula sa init, magdagdag ng harina, pukawin, at ilagay muli ang kawali sa apoy, matalo hanggang ang kuwarta ay lumayo sa mga gilid at mag-iwan ng manipis na pelikula sa ilalim.
m) Ilipat ang kuwarta sa isang mangkok, hayaang lumamig, at idagdag ang mga itlog nang paisa-isa hanggang sa makintab ngunit

matatag. I-pipe ang 11cm stripes sa isang greased o parchment-lineed oven tray.

n) Painimaniwala ang hurno sa 250°C, patayin ito, at iwanan ang tray sa loob ng 12-16 minuto. I-on ang oven sa 160°C, at lutuin ng 25-30 minuto pa.

PAGTITIPON NG MGA ÉCLAIR:

o) Gumawa ng tatlong butas sa ilalim ng mga inihurnong éclair gamit ang dulo ng kutsilyo.

p) Punan ang mga éclair ng isang maliit na dami ng raspbaya confit, pagkatapos ay punuin ang mga ito ng passion prutas krema.

q) Gumamit ng Pili paste na may pangkulay upang makakuha ng mainit na dilaw na kulay, gupimaniwala ito sa hugis ng isang éclair.

r) Init ang 120g ng neutral glaze hanggang sa likido (hindi hihigit sa 40°C).

s) I-brush ang tuktok ng éclairs ng neutral glaze, at ilagay ang Pili paste na takip sa itaas.

t) Magdagdag ng golden glitter sa natitirang glaze, glaze Pili paste sa itaas, pagkatapos ay magdagdag ng mga hiniwang raspbaya at isang dash ng natitirang raspbaya confit.

65. Cappuccino Éclairs

MGA INGREDIENTS:
- 1 batch ng mga eclair pastry shell na gawa sa bahay o binili sa maniwaladahan
- 1 tasang mabigat na krema
- 2 kutsarang instant coffee granules
- ¼ tasa ng pulbos na asukal
- ½ kutsarita vanilla extract
- ¼ tasa ng cocoa powder (para sa pag-aalis ng alikabok)

MGA TAGUBILIN:
a) Ihanda ang mga shell ng eclair pastry ayon sa recipe o mga tagubilin sa pakete at hayaang lumamig.
b) Sa isang maliit na mangkok, i-dissolve ang instant coffee granules sa ilang kutsarang mainit na tubig. Hayaang lumamig.
c) Sa isang hiwalay na mangkok, hagupimaniwala ang mabibigat na krema, powdered sugar, at vanilla extract hanggang sa mabuo ang stiff peak.
d) Dahan-dahang tiklupin ang pinaghalong kape sa whipped krema.
e) Hatiin ang bawat eclair shell sa kalahati nang pahalang at punuin ang mga ito ng whipped krema na may lasa ng kape.
f) Alikabok ang tuktok ng eclairs ng cocoa powder.
g) Ihain at tamasahin ang iyong mga lutong bahay na cappuccino eclairs!

66. Pistachio Limon Éclairs

MGA INGREDIENTS:

PARA SA CANDIED LIMONS (OPTIONAL):
- 10 sunquats (mini limons)
- 2 tasang tubig
- 2 tasang asukal

PARA SA PISTACHIO PASTE:
- 60 g unshelled pistachios (hindi inihaw)
- 10 g grapebuto oil

PARA SA PISTACHIO-LIMON MOUSSELINE KREMA:
- 500 g ng gatas
- Sarap ng 2 limon
- 120 g yolk
- 120 g ng asukal
- 40 g gawgaw
- 30 g pistachio paste (o 45 g kung binili sa maniwaladahan)
- 120 g pinalambot na mantikilya (hiwain sa mga cube)

PARA SA PISTACHIO MARZIPAN:
- 200 g marzipan
- 15 g pistachio paste
- Pangkulay ng berdeng pagkain (gel)
- Medyo may pulbos na asukal

PARA SA CHOUX PASTRY:
- 125 g mantikilya
- 125 g ng gatas
- 125 g ng tubig
- 5 g asukal
- 5 g asin
- 140 g ng harina
- 220 g itlog

PARA SA GLAZE:
- 200 g nappage neutre (neutral na jelly glaze)
- 100 g ng tubig
- Pangkulay ng berdeng pagkain (gel)

PARA SA DEKORasyon:
- Ground pistachios

MGA TAGUBILIN:
CANDIED LIMONS (OPTIONAL):
a) Maghanda ng ice bath (isang kasirola na may tubig at yelo) at itabi ito.
b) Gumamit ng matalim na kutsilyo para putulin ang manipis na hiwa ng limon. Itapon ang mga buto.
c) Sa isa pang kasirola, pakuluan ang tubig. Alisin mula sa init at agad na idagdag ang mga hiwa ng limon sa mainit na tubig. Haluin hanggang lumambot ang mga hiwa (mga isang minuto).
d) Ibuhos ang mainit na tubig sa pamamagitan ng isang salaan, pagkatapos ay ilagay ang mga hiwa ng limon sa ice bath para sa isang segundo. Ibuhos ang nagyeyelong tubig gamit ang salaan.
e) Sa isang malaking kaldero sa mataas na init, pagsamahin ang tubig at asukal. Haluin hanggang matunaw ang asukal, pagkatapos ay pakuluan.
f) Bawasan ang init sa katamtaman, at gumamit ng mga sipit upang ilagay ang mga hiwa ng limon sa tubig upang lumutang ang mga ito. Magluto sa mahinang apoy hanggang sa maging transparent ang balat, mga 1½ oras.
g) Alisin ang mga limon gamit ang mga sipit at ilagay ang mga ito sa isang cooling rack. Maglagay ng isang piraso ng baking paper sa ilalim ng cooling rack upang mahuli ang anumang syrup na tumutulo mula sa mga hiwa ng limon.

PISTACIO PASTE:
h) Painimaniwala muna ang oven sa 160°C (320°F).
i) Inihaw ang mga pistachio sa isang baking tray sa loob ng mga 7 minuto hanggang sa bahagyang kayumanggi. Hayaan silang lumamig.
j) Gilingin ang mga pinalamig na pistachio sa isang pulbos sa isang maliit na processor ng pagkain. Idagdag ang mantika at durugin muli hanggang sa maging paste. Itabi ito sa refrigerator hanggang gamimaniwala.
k) Pistachio-Limon Mousseline Krema:
l) Pakuluan ang gatas. Patayin ang apoy, magdagdag ng limon zest, takpan, at hayaan itong umupo ng 10 minuto.

m) Sa isang mangkok, pagsamahin ang mga pula ng itlog at asukal. Haluin kaagad, pagkatapos ay lagyan ng cornstarch at muli.
n) Idagdag ang mainit na gatas habang hinahalo. Ibuhos ang halo sa pamamagitan ng isang salaan sa isang malinis na kasirola, itapon ang limon zest na natitira sa salaan.
o) Init sa katamtamang init at haluin hanggang sa lumapot ang timpla at maging kremay. Alisan sa init.
p) Ilipat ang krema sa mangkok na naglalaman ng pistachio paste. Paikumaniwala hanggang magkapantay. Takpan ng plastic wrap upang maiwasan ang pagbuo ng crust at palamigin.
q) Kapag ang krema ay umabot na sa 40°C (104°F), unti-unmaniwalag idagdag ang pinalambot na mantikilya at ihalo nang mabuti. Takpan ng plastic wrap at palamigin.

CHOUX PASTRY:
r) Salain ang harina at itabi.
s) Sa isang kasirola, magdagdag ng mantikilya, gatas, tubig, asukal, at asin. Init sa medium-high hanggang matunaw ang mantikilya at kumulo ang halo.
t) Alisin mula sa init, agad na magdagdag ng harina nang sabay-sabay, at haluing mabuti hanggang sa mabuo ang isang pare-parehong timpla, na kahawig ng niligis na patatas. Ito ang panade mix.
u) Patuyuin ang panade nang halos isang minuto sa mahinang apoy, pagpapakilos gamit ang isang spatula, hanggang sa magsimula itong bawiin mula sa mga gilid ng kasirola at mabuo.
v) Ilipat ang panade sa isang mangkok ng paghahalo at bahagyang palamig ito. Sa isang hiwalay na mangkok, talunin ang mga itlog at unti-unmaniwalag idagdag ang mga ito sa panghalo, hintayin ang bawat karagdagan na pagsamahin bago magdagdag ng higit pa.
w) Haluin sa mababang katamtamang bilis hanggang ang batter ay makinis, makintab, at matatag.
x) Painimaniwala muna ang oven sa 250°C (480°F). Takpan ang isang baking tray na may parchment paper o isang manipis na layer ng mantikilya.
y) I-pipe ang mga piraso ng batter na may haba na 12 cm sa tray. Huwag buksan ang pinto ng oven habang nagluluto.

z) Pagkatapos ng 15 minuto, buksan nang bahagya ang pinto ng oven (mga 1 cm) para lumabas ang singaw. Isara ito at itakda ang temperatura sa 170°C (340°F). Maghurno ng 20-25 minuto hanggang sa mag brown ang éclairs.

aa) Ulimaniwala sa natitirang batter.

PISTACHIO MARZIPAN:

bb) Gupimaniwala ang marzipan sa mga cube at ihalo sa isang flat beater hanggang malambot at pare-pareho. Magdagdag ng pistachio paste, at green food colosingsing (kung ninanais), at ihalo hanggang magkapareho.

cc) Igulong ang marzipan sa kapal na 2 mm at gupimaniwala ang mga piraso upang magkasya sa mga éclair.

ASSEMBLY:

dd) Gupimaniwala ang dalawang maliit na butas sa ilalim ng bawat éclair.

ee) Punan ang bawat éclair ng pistachio-limon krema sa mga butas.

ff) Magpahid ng ilang glaze sa isang gilid ng bawat marzipan strip at ikabit ito sa mga éclair.

gg) Isawsaw ang bawat éclair sa glaze, na nagpapahintulot na tumulo ang labis na glaze.

hh) Palamutihan ng mga hiwa ng minatamis na limon o maniwalaadtad na pistachio.

ii) Palamigin hanggang handa nang ihain.

67.Pinakintab Éclairs Nilagyan ng Nuts

MGA INGREDIENTS:
ECLAIR SHELLS:
- ½ tasang gatas
- ½ tasang tubig
- 2 kutsarang pumaniwalag butil na asukal
- ¼ kutsarita ng asin (bawasan sa isang pakurot kung gumagamit ng inasnan butter)
- ½ tasang uninasnan butter
- ½ kutsarita vanilla extract
- 1 ¼ tasa ng all-purpose na harina, sandok at pinatag
- 4 malalaking itlog

GLAZE:
- ⅔ tasa ng icing/confectioner' sugar
- 3 kutsarang maple syrup

TOPPING:
- ½ tasang maniwalaadtad na mga walnut o pecan
- Pagwiwisik ng fleur de sel salt

MASCARPONE WHIPPED KREMA:
- 1 tasang mascarpone
- ⅔ tasa ng heavy whipping krema
- ¼ tasa pumaniwalag asukal
- 2 kutsarang maple syrup

MGA TAGUBILIN:
PARA SA ECLAIR SHELLS:
a) Painimaniwala muna ang oven sa 450°F na may mga rack sa pangatlo sa itaas at ibaba. Linya ang dalawang baking sheet na may parchment paper.
b) Sa isang katamtamang kasirola sa katamtamang init, pagsamahin ang gatas, tubig, asukal, asin, at mantikilya. Dalhin ang timpla sa isang pigsa, haluin sa vanilla, at magdagdag ng harina nang sabay-sabay. Haluin hanggang ang timpla ay lumayo sa gilid ng palayok.
c) Bawasan ang init sa mababang at ipagpatuloy ang pagluluto, patuloy na pagpapakilos, para sa mga 3 minuto upang alisin ang kahalumigmigan. Alisin sa init at ilipat sa isang mixing bowl o sa bowl ng stand mixer.

d) Haluin ng 2-3 minuto para palamig ang timpla. Magdagdag ng mga itlog nang paisa-isa, matalo nang mabuti pagkatapos ng bawat karagdagan. Ilipat ang pinaghalong sa isang piping bag at hayaan itong magpahinga ng 20 minuto.
e) I-pipe ang batter sa mga log na humigit-kumulang 5-6 pulgada ang haba at 1 pulgada ang lapad, na nag-iiwan ng pantay na espasyo sa pagitan ng mga ito. Tiyaking hindi sila masyadong manipis, dahil kailangan nila ng kapal para sa paghiwa mamaya.
f) Ilagay sa preheated oven at AGAD BAWASAN ANG INIT SA 350°F. Maghurno ng 35-40 minuto hanggang sa ginintuang, puffed, at malutong. Palamig sa isang rack.

PARA SA GLAZE:

g) Bago mag-gensayo, gupimaniwala ang mga eclair nang halos lubusan, na nag-iiwan ng "bisagra" sa isang gilid. Sa isang maliit na mangkok, pagsamahin ang icing sugar na may maple syrup hanggang sa mabuo ang manipis na glaze.
h) I-brush ang glaze sa ibabaw ng eclair at agad na iwisik ang maniwalaadtad na mga walnuts at isang kurot ng asin, kung ninanais. Hayaang umupo sa temperatura ng silid hanggang sa matuyo ang glaze.

PARA SA PAGPUPUNO:

i) Sa isang malaking mangkok o mangkok ng isang stand mixer na nilagyan ng whipping whisk, pagsamahin ang mascarpone, whipping krema, asukal, at maple syrup.
j) Talunin hanggang sa lumapot ang timpla sa isang piping consistency. Ilagay sa isang piping bag at punan ang bawat eclair. (Ang pagpuno ay maaasingsing gawin nang maaga, takpan, palamigin, at i-pipe nang mas malapit sa paghahatid.)
k) Ang mga punong eclair ay patuloy na walang takip sa refrigerator sa halos buong araw.

MGA CROISSANT

68. Mini Pili Croissant

MGA INGREDIENTS:
- 6 na mini croissant
- ½ tasang Pili paste
- ¼ tasa uninasnan butter, pinalambot
- ¼ tasa ng pulbos na asukal
- ½ kutsarita Pili extract
- Hiniwang Pili para sa topping
- Powdered sugar para sa pag-aalis ng alikabok (opsyonal)

MGA TAGUBILIN:

a) Painimaniwala muna ang oven sa 350°F (175°C).

b) Hatiin ang mga mini croissant sa kalahamaniwalag pahaba.

c) Sa isang mangkok, paghaluin ang Pili paste, pinalambot na mantikilya, may pulbos na asukal, at Pili extract hanggang sa maayos at makinis.

d) Ikalat ang maraming dami ng Pili paste mixture sa ilalim na kalahati ng bawat croissant.

e) Ilagay ang itaas na kalahati ng croissant pabalik sa ibabaw ng filling.

f) Budburan ang mga hiniwang almendras sa ibabaw ng bawat croissant.

g) Ilagay ang mga croissant sa isang baking sheet na nilagyan ng parchment paper.

h) Maghurno sa preheated oven sa loob ng 10-12 minuto, o hanggang sa maging golden brown at malutong ang mga croissant.

i) Alisin mula sa oven at hayaang lumamig nang bahagya.

j) Alikabok ng may pulbos na asukal kung ninanais.

k) Ihain ang kasiya-siyang mini Pili croissant na ito bilang masarap at nutty pastry treat.

69. Pink Rose at Pistachio Dipped Croissant

MGA INGREDIENTS:
- 1 tasang buong gatas
- ¾ tasa ng maligamgam na tubig
- 2 (4-½ kutsarita) na sobre Yeast
- 4 na tasang all-purpose na harina
- 1 ¼ tasang uninasnan butter, malamig
- 4 na kutsarang asukal
- 2 kutsarita ng asin sa dagat
- 1 itlog
- Kurot ng asin
- Natutunaw ang pink candy
- 1 tasang maniwalaadtad na pistachios
- 1 tasa ng freeze-dried raspbaya

MGA TAGUBILIN:
MGA CROISSANT:
a) Paghaluin ang tubig at gatas, magpainit hanggang 100°-110°F. Ibuhos ang ¼ cup sa isang maliit na mangkok at i-dissolve ang yeast, hayaang tumayo ng 5 minuto o hanggang mabula.

b) Sa isang malaking mangkok, haluin ang harina at ¼ tasa ng mantikilya gamit ang isang maniwalaidor, pastry blender, o isang food processor sa isang setmaniwalag ng kuwarta. Haluin hanggang ang timpla ay magmukhang breadcrumbs. Ihalo ang asukal at asin.

c) Gumawa ng isang balon sa gitna ng harina at ibuhos ang lebadura at ang natitirang gatas at tubig. Paghaluin nang mabuti upang bumuo ng isang masa, masahin sa isang bahagyang floured surface hanggang makinis, mga 6 na minuto. Bumalik sa mangkok, takpan ng plastic wrap, at hayaang magpahinga ng 20 minuto.

d) Linya ang dalawang baking sheet na may parchment paper; kakailanganin ang mga ito para sa paglamig ng mga hakbang ng kuwarta.

e) Ilagay ang natitirang mantikilya sa pagitan ng 2 sheet ng wax o parchment paper at patagin gamit ang rolling pin hanggang sa ito ay pantay at humigit-kumulang 7" x 7" square, palamigin hanggang handa nang gamimaniwala.

f) Ilabas ang kuwarta sa ibabaw ng bahagyang harina, at igulong ito sa 10" x 10" parisukat.

g) Ilagay ang pinatag na parisukat ng mantikilya sa ibabaw ng kuwarta, pinaikot sa hugis diyamante (ang mga sulok ng mantikilya ay nakaturo sa mga tuwid na gilid ng kuwarta), at tiklupin ang mga nakalantad na sulok ng kuwarta sa ibabaw ng mantikilya upang matugunan ang gitna na parang sobre, dahan-dahang kurumaniwala magkasama ang mga gilid. Mag-ingat na huwag mag-overlap ang kuwarta, matugunan lamang ang mga gilid nang magkasama. Palamigin ng 20 minuto.

h) Simulan ang paggulong ng kuwarta mula sa gitna palabas, na lumikha ng isang parihaba na 24" ang haba at 10" ang lapad. Subukang panatilihing tuwid at parisukat ang mga gilid at sulok. Tiklupin sa pangatlo, tanggalin ang labis na harina habang lumalakad ka, dalhin ang kaliwang pangatlo sa itaas ng pangatlo sa gitna, pagkatapos ay tiklupin ang kanang pangatlo sa ibabaw ng stack, natitira kang may 10" x 8" na parihaba. Takpan ng plastic wrap at palamigin ng 20 minuto.

i) I-rotate ang rectangle nang pahalang at igulong ito sa 24" x 10" at tiklupin itong muli sa pangatlo, palamigin ng 20 minuto.

j) Susunod, igulong ang parihaba sa 24" x 16", gupimaniwala ang mahabang bahagi ng kuwarta sa kalahati, para magkaroon ka ng dalawang 12" x 16" na piraso, ilagay ang isa sa ibabaw ng isa, ihanay ang mga ginupit na gilid, takpan ng plastic wrap, at palamigin sa refrigerator sa loob ng 20 minuto.

k) Pagulungin ang bawat piraso sa 20" x 12", gupimaniwala sa kalahati nang pahaba para magkaroon ka ng dalawang piraso na 20" ang haba x 6" ang lapad, takpan at palamigin ng isa pang 10 minuto.

l) Simula sa unang piraso, igulong ang kuwarta na 30" ang haba at 8" ang lapad. Gumawa ng mga tatsulok gamit ang isang ruler, sukamaniwala ang 5" increments pababa sa mahabang gilid, gupimaniwala ang isang maliit na hiwa sa bawat pagitan.

m) Sa kabilang panig, gawin ang parehong, simulan ang mga bingaw sa gitna ng iba pang mga marka upang lumikha ka ng isang "punto" sa iyong tatsulok. Gamit ang isang pizza cutter, ikonekta ang lahat ng mga marka upang ikaw ay naiwan ng 11 triangles, kasama ang dalawang halves, na maaari mong pindumaniwala nang magkasama upang makagawa ng isa pang tatsulok, 12 sa kabuuan.

n) Isa-isa, igulong nang mahigpit ang bawat tatsulok mula sa base hanggang sa dulo, alisin ang anumang labis na harina habang pupunta ka. Ilagay sa isang baking sheet sa 3 hilera ng 4 na pantay na pagitan, ang mga tip ay nakalagay sa ilalim, at hayaang tumaas sa isang mainit na lugar hanggang sa doble ang laki, o mga isang oras. Ulimaniwala ang proseso para sa pangalawang piraso ng kuwarta.

o) Painimaniwala muna ang oven sa 350°F o convection bake sa 325°F. Sa isang maliit na mangkok, talunin ang itlog na may isang pakurot ng asin, i-brush ang mga croissant na may egg wash, at maghurno ng 20-25 minuto o hanggang sa malalim na ginintuang kayumanggi.

PAGLUBOS:

p) Matunaw ang mga natutunaw na pink na kendi na sumusunod sa mga direksyon sa pakete.

q) I-chop ang 1 tasa ng pistachios at itabi.

r) Durog na durugin ang 1 tasa ng freeze-dried raspberries at itabi.

s) Isawsaw ang kalahati ng bawat croissant sa maniwalaunaw na pink na kendi at ilagay ito sa wire rack.

t) Kaagad na iwisik ang mga maniwalaadtad na pistachio o dinurog na freeze-dried na raspbaya sa ibabaw ng inisawsaw na kalahati ng mga croissant at dahan-dahang idiin ang mga ito sa wet candy melt.

u) Ulimaniwala ang proseso ng paglubog at pagwiwisik para sa natitirang mga croissant.

v) Hayaang matunaw ang kendi bago ihain, humigit-kumulang 15 minuto.

70. Lavender Honey Croissant

MGA INGREDIENTS:
- Pangunahing croissant dough
- ¼ tasang pulot
- 1 kutsarang tuyo na culinary lavender
- 1 itlog na pinalo ng 1 kutsarang tubig

MGA TAGUBILIN:
a) Igulong ang croissant dough sa isang malaking parihaba.
b) Gupimaniwala ang kuwarta sa mga tatsulok.
c) Sa isang maliit na mangkok, paghaluin ang honey at lavender.
d) Ikalat ang isang manipis na layer ng lavender honey sa ilalim na kalahati ng bawat croissant.
e) Palitan ang itaas na kalahati ng croissant at pindumaniwala nang dahan-dahan.
f) Ilagay ang mga croissant sa isang may linyang baking sheet, lagyan ng egg wash, at hayaang tumaas ng 1 oras.
g) Painimaniwala muna ang oven sa 400°F (200°C) at i-bake ang mga croissant sa loob ng 20-25 minuto hanggang maging golden brown.

71. Rose Petal Croissant

MGA INGREDIENTS:
- Pangunahing croissant dough
- ¼ tasa ng pinatuyong talulot ng rosas
- ¼ tasa ng asukal
- 1 itlog na pinalo ng 1 kutsarang tubig

MGA TAGUBILIN:
a) Igulong ang croissant dough sa isang malaking parihaba.
b) Gupimaniwala ang kuwarta sa mga tatsulok.
c) Sa isang mangkok ng paghahalo, pagsamahin ang mga tuyong talulot ng rosas at asukal.
d) Iwiwisik ang halo ng talulot ng rosas sa ibabang kalahati ng bawat croissant.
e) Palitan ang itaas na kalahati ng croissant at pindumaniwala nang dahan-dahan.
f) Ilagay ang mga croissant sa isang may linyang baking sheet, lagyan ng egg wash, at hayaang tumaas ng 1 oras.
g) Painimaniwala muna ang oven sa 400°F (200°C) at i-bake ang mga croissant sa loob ng 20-25 minuto hanggang maging golden brown.

72. Orange Blossom Croissant

MGA INGREDIENTS:
- Pangunahing croissant dough
- ¼ tasa ng orange blossom na tubig
- ¼ tasa ng asukal
- 1 itlog na pinalo ng 1 kutsarang tubig

MGA TAGUBILIN:
a) Igulong ang croissant dough sa isang malaking parihaba.
b) Gupimaniwala ang kuwarta sa mga tatsulok.
c) Sa isang maliit na mangkok, paghaluin ang orange blossom na tubig at asukal.
d) Ikalat ang isang manipis na layer ng orange blossom mixture sa ilalim na kalahati ng bawat croissant.
e) Palitan ang itaas na kalahati ng croissant at pindumaniwala nang dahan-dahan.
f) Ilagay ang mga croissant sa isang may linyang baking sheet, lagyan ng egg wash, at hayaang tumaas ng 1 oras.
g) Painimaniwala muna ang oven sa 400°F (200°C) at i-bake ang mga croissant sa loob ng 20-25 minuto hanggang maging golden brown.

73. Hibiscus Croissant

MGA INGREDIENTS:
- Pangunahing croissant dough
- ¼ tasa ng pinatuyong bulaklak ng hibiscus
- ¼ tasa ng asukal
- 1 itlog na pinalo ng 1 kutsarang tubig

MGA TAGUBILIN:
a) Igulong ang croissant dough sa isang malaking parihaba.
b) Gupimaniwala ang kuwarta sa mga tatsulok.
c) Sa isang mangkok ng paghahalo, pagsamahin ang mga pinatuyong bulaklak ng hibiscus at asukal.
d) Iwiwisik ang hibiscus sugar mixture sa ilalim na kalahati ng bawat croissant.
e) Palitan ang itaas na kalahati ng croissant at pindumaniwala nang dahan-dahan.
f) Ilagay ang mga croissant sa isang may linyang baking sheet, lagyan ng egg wash, at hayaang tumaas ng 1 oras.
g) Painimaniwala muna ang oven sa 400°F (200°C) at i-bake ang mga croissant sa loob ng 20-25 minuto hanggang maging golden brown.

74. Mga Asulbaya Croissant

MGA INGREDIENTS:
- Pangunahing croissant dough
- 1 tasang sariwang asulberries
- ¼ tasa ng butil na asukal
- 1 kutsarang gawgaw
- 1 itlog na pinalo ng 1 kutsarang tubig

MGA TAGUBILIN:
a) Igulong ang croissant dough sa isang malaking parihaba.
b) Sa isang maliit na mangkok, paghaluin ang mga asulberries, asukal, at gawgaw.
c) Ikalat ang pinaghalong asulbaya nang pantay-pantay sa ibabaw ng kuwarta.
d) Gupimaniwala ang kuwarta sa mga tatsulok.
e) Igulong ang bawat tatsulok pataas sa hugis na croissant.
f) Ilagay ang mga croissant sa isang may linyang baking sheet, lagyan ng egg wash, at hayaang tumaas ng 1 oras.
g) Painimaniwala muna ang oven sa 400°F (200°C) at i-bake ang mga croissant sa loob ng 20-25 minuto hanggang maging golden brown.

75. Mga Croissant ng Raspbaya

MGA INGREDIENTS:
- Pangunahing croissant dough
- 1 tasang sariwang raspbaya
- ¼ tasa ng butil na asukal
- 1 itlog na pinalo ng 1 kutsarang tubig

MGA TAGUBILIN:
a) Igulong ang croissant dough sa isang malaking parihaba.
b) Gupimaniwala ang kuwarta sa mga tatsulok.
c) Maglagay ng mga sariwang raspbaya sa bawat croissant.
d) Budburan ng granulated sugar ang mga raspbaya.
e) Pagulungin ang bawat tatsulok pataas, simula sa malawak na dulo, at hubugin ito sa isang gasuklay.
f) Ilagay ang mga croissant sa isang may linya na baking sheet, at hayaang tumaas ng 1 oras.
g) Painimaniwala muna ang oven sa 400°F (200°C) at i-bake ang mga croissant sa loob ng 20-25 minuto hanggang maging golden brown.

76. Mga Peach Croissant

MGA INGREDIENTS:
- Pangunahing croissant dough
- 2 hinog na mga milokoton, binalatan at hiniwa
- ¼ tasa ng butil na asukal
- ½ kutsarita ng giniling na kanela
- 1 itlog na pinalo ng 1 kutsarang tubig

MGA TAGUBILIN:
a) Igulong ang croissant dough sa isang malaking parihaba.
b) Sa isang maliit na mangkok, paghaluin ang mga diced peach, asukal, at kanela.
c) Ikalat ang pinaghalong peach nang pantay-pantay sa ibabaw ng kuwarta.
d) Gupimaniwala ang kuwarta sa mga tatsulok.
e) Igulong ang bawat tatsulok pataas sa hugis na croissant.
f) Ilagay ang mga croissant sa isang may linyang baking sheet, lagyan ng egg wash, at hayaang tumaas ng 1 oras.
g) Painimaniwala muna ang oven sa 400°F (200°C) at i-bake ang mga croissant sa loob ng 20-25 minuto hanggang maging golden brown.

77. Mixed Baya Croissant

MGA INGREDIENTS:
- Pangunahing croissant dough
- ½ tasang pinaghalong baya (tulad ng mga asulbaya, raspbaya, at blackbaya)
- ¼ tasa ng butil na asukal
- 1 kutsarang gawgaw
- 1 itlog na pinalo ng 1 kutsarang tubig

MGA TAGUBILIN:
a) Igulong ang croissant dough sa isang malaking parihaba.
b) Sa isang maliit na mangkok, paghaluin ang pinaghalong berries, asukal, at gawgaw.
c) Ikalat ang pinaghalong baya nang pantay-pantay sa ibabaw ng kuwarta.
d) Gupimaniwala ang kuwarta sa mga tatsulok.
e) Igulong ang bawat tatsulok pataas sa hugis na croissant.
f) Ilagay ang mga croissant sa isang may linyang baking sheet, lagyan ng egg wash, at hayaang tumaas ng 1 oras.
g) Painimaniwala muna ang oven sa 400°F (200°C) at i-bake ang mga croissant sa loob ng 20-25 minuto hanggang maging golden brown.

78.Cranbaya At Orange Croissant

MGA INGREDIENTS:
- 1 sheet ng puff pastry, lasaw
- ¼ tasa ng sarsa ng cranbaya
- ¼ tasa orange marmalade
- ¼ tasa ng hiniwang almendras
- 1 itlog, pinalo
- Powdered sugar, para sa pag-aalis ng alikabok

MGA TAGUBILIN:
a) Painimaniwala muna ang iyong oven sa 375°F (190°C).
b) Sa ibabaw ng bahagyang floured, igulong ang puff pastry sa isang malaking parihaba. Gupimaniwala ang pastry sa 4 na pantay na tatsulok.
c) Sa isang mixing bowl, pagsamahin ang cranbaya sarsa, orange marmalade, at slivered Pilis.
d) Ikalat ang isang kutsara ng pinaghalong sa pinakamalawak na bahagi ng bawat tatsulok. Igulong ang mga croissant mula sa pinakamalawak na dulo patungo sa punto.
e) Ilagay ang mga croissant sa isang baking sheet na nilagyan ng parchment paper, at i-brush gamit ang pinalo na itlog.
f) Maghurno ng 15-20 minuto, hanggang sa maging golden brown at malutong ang mga croissant.
g) Alikabok ng may pulbos na asukal bago ihain.

79. Mga Croissant ng Pinemansanas

MGA INGREDIENTS:
- 1 sheet ng puff pastry, lasaw
- 1 lata ng dinurog na pinya, pinatuyo
- ¼ tasa ng brown sugar
- ¼ tasa uninasnan butter, natunaw
- 1 itlog, pinalo
- Powdered sugar, para sa pag-aalis ng alikabok

MGA TAGUBILIN:

a) Painimaniwala muna ang iyong oven sa 375°F (190°C).

b) Sa ibabaw ng bahagyang floured, igulong ang puff pastry sa isang malaking parihaba. Gupimaniwala ang pastry sa 4 na pantay na tatsulok.

c) Sa isang mixing bowl, pagsamahin ang durog na pinya, brown sugar, at maniwalaunaw na mantikilya.

d) Ikalat ang isang kutsara ng pinaghalong pinya sa pinakamalawak na bahagi ng bawat tatsulok. Igulong ang mga croissant mula sa pinakamalawak na dulo patungo sa punto.

e) Ilagay ang mga croissant sa isang baking sheet na nilagyan ng parchment paper, at i-brush gamit ang pinalo na itlog.

f) Maghurno ng 15-20 minuto, hanggang sa maging golden brown at malutong ang mga croissant.

g) Alikabok ng may pulbos na asukal bago ihain.

80. Mga Plum Croissant

MGA INGREDIENTS:
- 1 sheet ng puff pastry, lasaw
- 4-5 plum, hiniwa ng manipis
- 2 kutsarang pulot
- ¼ tasa ng Pili flour
- 1 itlog, pinalo
- Powdered sugar, para sa pag-aalis ng alikabok

MGA TAGUBILIN:
a) Painimaniwala muna ang iyong oven sa 375°F (190°C).
b) Sa ibabaw ng bahagyang floured, igulong ang puff pastry sa isang malaking parihaba. Gupimaniwala ang pastry sa 4 na pantay na tatsulok.
c) Sa isang mixing bowl, pagsamahin ang hiniwang plum, honey, at Pili flour.
d) Ikalat ang isang kutsara ng pinaghalong plum sa pinakamalawak na bahagi ng bawat tatsulok. Igulong ang mga croissant mula sa pinakamalawak na dulo patungo sa punto.
e) Ilagay ang mga croissant sa isang baking sheet na nilagyan ng parchment paper, at i-brush gamit ang pinalo na itlog.
f) Maghurno ng 15-20 minuto, hanggang sa maging golden brown at malutong ang mga croissant.
g) Alikabok ng may pulbos na asukal bago ihain.

81. Mga Croissant ng Banana Eclair

MGA INGREDIENTS:
- 4 Mga frozen na croissant
- 2 parisukat ng semi-sweet na tsokolate
- 1 kutsarang Mantikilya
- ¼ tasa ng asukal sa sifted confectioners
- 1 kutsarita ng mainit na tubig; hanggang 2
- 1 tasang vanilla pudding
- 2 medium na saging; hiniwa

MGA TAGUBILIN:
a) Gupimaniwala ang mga frozen na croissant sa kalahamaniwalag pahaba; sabay alis. Painimaniwala ang frozen croissant sa isang ungreased baking sheet sa preheated 325°F. oven 9-11 minuto.

b) Matunaw ang tsokolate at mantikilya nang magkasama. Paghaluin ang asukal at tubig upang makagawa ng isang nakakalat na glaze.

c) Ikalat ang ¼ cup pudding sa ilalim na kalahati ng bawat croissant. Ibabaw na may hiniwang saging.

d) Palitan ang mga croissant top; ambon sa tsokolate glaze.

e) maglingkod.

CUPKEIKS & MUFFINS

82.Limon y Keik Mix Cupkeiks

MGA INGREDIENTS:
- 1 pakete pumaniwalag tsokolate keik mix
- 1/4 tasa ng limon curd
- 3 kutsarang limon juice
- 3 kutsarita ng gadgad na limon zest
- 3 tablespoons makulayan
- 1/2 tasa ng mantikilya , pinalambot
- 3-1/2 tasa ng asukal sa mga confectioner
- 1/4 tasa na walang butoless strawbaya jam
- 2 kutsarang 2% na gatas

MGA TAGUBILIN:
- Linya ng 24 muffin cup na may mga paper liners.
- Maghanda ng keik mix batter ayon sa mga direksyon ng pakete, binabawasan ang tubig ng 4 na kutsara at pagdaragdag ng limon curd, limon juice , limon zest at maniwalacture bago ihalo ang batter.
- Punan ang mga inihandang tasa na halos dalawang-katlo ang puno.
- Maghurno at magpalamig ng mga cupkeik bilang imaniwalauro ng package.
- Sa isang malaking mangkok, talunin ang mantikilya , asukal ng mga confectioner, jam at gatas hanggang sa makinis. Mga cupkeik na pinalamig ng frost .

83. Mga Tsokolate Caramel Cupkeik

MGA INGREDIENTS:
- 1 pakete ng tsokolate keik mix
- 3 kutsara mantikilya
- 24 na karamelo
- 3/4 tasa semisweet tsokolate chips
- 1 tasa maniwalaadtad na mga walnuts
- Karagdagang mga walnut, opsyonal

MGA TAGUBILIN:

a) Maghanda ng keik mix batter ayon sa mga direksyon ng pakete para sa mga cupkeik gamit ang mantikilya.

b) Punan ang 24 na papel na may linyang muffin cup na isang-katlo na puno; itabi ang natitirang batter. Maghurno sa 350° sa loob ng 7-8 minuto o hanggang lumitaw ang tuktok ng cupkeik.

c) Dahan-dahang pindumaniwala ang isang karamelo sa bawat cupkeik; budburan ng tsokolate chips at walnuts. Itaas na may natitirang batter.

d) Maghurno ng 15-20 minuto o hanggang malinis ang toothpick.

e) Palamigin ng 5 minuto bago alisin mula sa mga kawali patungo sa mga wire rack upang ganap na lumamig.

84. Mud Sa Cupkeik

MGA INGREDIENTS:
- 1 18.25-ounce na kahon na tsokolate keik mix at mga sangkap na kailangan sa kahon
- 3 kutsarang mantikilya
- 1 16-ounce na tub na tsokolate frosmaniwalag
- 2 tasang crumbled tsokolate sandwich cookies
- Tsokolate syrup para sa dekorasyon
- 1 8-onsa na pakete ng gummy worm

MGA TAGUBILIN:
a) Maghanda at maghurno ng mga cupkeik ayon sa mga direksyon ng paghahalo ng keik. Gumamit ng mantikilya o mantika.
b) Hayaang lumamig nang lubusan ang mga cupkeik bago magyelo.
c) Top frosmaniwalag na may cookie crumbles at ambon na may tsokolate syrup.
d) Hatiin ang mga gummy worm. Ilagay ang bawat hiwa na gilid sa frosmaniwalag upang lumikha ng ilusyon ng isang uod na dumulas sa putik.

85.Keik Mix Kalabasa Muffins

MGA INGREDIENTS:
- 1 29-onsa lata kalabasa purée
- 1 16.4-onsa na kahon ng tsokolate keik mix
- 3 kutsarang mantika

MGA TAGUBILIN:
a) Painimaniwala ang hurno ayon sa mga direksyon ng paghahalo ng keik gamit ang mantika.
b) Linya ng muffin maniwalas na may paper baking cups.
c) Haluin ang kalabasa purée sa keik mix. Ibuhos sa muffin maniwalas.
d) Maghurno ayon sa mga direksyon ng paghahalo ng keik para sa mga muffin.

86.Keik Mix Praline Cupkeiks

MGA INGREDIENTS:
- 1 18.25-ounce na kahon na pinaghalong tsokolate keik
- 1 tasang mantikilya ng gatas
- ¼ tasa ng langis
- 4 na itlog
- Caramel ice krema topping
- Maniwalaadtad na pecan para sa dekorasyon
- 72 praline

MGA TAGUBILIN:
a) Painimaniwala ang oven sa 350°F. Linya ng muffin maniwala na may paper baking cups.
b) Pagsamahin ang keik mix, butter milk, oil, at mga itlog sa isang malaking mixing bowl at talunin gamit ang electric mixer na nakatakda sa mababang bilis hanggang sa mabuo ang makinis na batter. Punan ang mga baking cup sa kalahati.
c) Maghurno ng 15 minuto o hanggang maging ginintuang ang mga tuktok. Alisin ang mga cupkeik sa oven at hayaang ganap na lumamig bago magdagdag ng mga toppings.
d) Mga nangungunang cupkeik na may karamelo na topping; budburan ng pecans at palamutihan ng 3 praline bawat cupkeik.

87.Piña Colada at Cupkeik

MGA INGREDIENTS:
- 1 18.25-ounce na kahon ng pumaniwalag tsokolate na halo ng keik
- 1 3.9-ounce na kahon na instant French vanilla pudding mix
- ¼ tasa ng langis
- ½ tasang tubig
- 2/3 tasa ng light rum, hinati
- 4 na itlog
- 1 14-onsa na lata at 1 tasang dinurog na pinya
- 1 tasang pinatamis, maniwalaadtad na niyog
- 1 16-ounce tub vanilla frosmaniwalag
- 1 12-ounce na tub na non-dairy whipped topping
- Inihaw na niyog para sa dekorasyon
- Mga parasol ng cocktail

MGA TAGUBILIN:
a) Painimaniwala ang oven sa 350°F.
b) Paghaluin ang keik mix, puding mix, mantika, tubig, at 1/3 tasa ng rum gamit ang isang electric mixer sa katamtamang bilis. Magdagdag ng mga itlog nang paisa-isa, dahan-dahang talunin ang batter habang lumalakad ka.
c) Itupi sa lata ng pinya at niyog. Ibuhos sa mga kawali at maghurno ng 25 minuto.
d) Upang gawin ang frosmaniwalag, paghaluin ang 1 tasa ng durog na pinya, ang natitira 1/3 tasa ng rum, at vanilla frosmaniwalag hanggang sa makapal.
e) Magdagdag ng non-dairy whipped topping.
f) I-frost ang ganap na pinalamig na mga cupkeik at palamutihan ng toasted coconut at isang parasol.

88.Seresa Cola Mini Keik

MGA INGREDIENTS:
- 2 itlog
- 1 kutsarita ng vanilla
- 1 18.25-ounce na kahon ng pumaniwalag tsokolate na halo ng keik
- ¼ tasa ng maniwalacture
- 1 ¼ tasa ng seresa-flavored cola
- 1 12-ounce na tub na handa na frosmaniwalag na gusto mo

MGA TAGUBILIN:
a) Painimaniwala ang oven sa 350°F.
b) Linya ng muffin maniwala na may paper baking cups. Mag-spray nang bahagya gamit ang cooking spray.
c) Pagsamahin ang mga itlog, vanilla, keik mix, maniwalacture at seresa cola sa isang mixing bowl at ihalo nang mabuti gamit ang electric mixer.
d) Maghurno ng 20 minuto.
e) Ganap na cool na mga cupkeik

89. Mga Pulang pelusCupkeik

MGA INGREDIENTS:
- 2 puti ng itlog
- 2 tasang pulang peluskeik mix
- 1 tasang tsokolate keik mix
- ¼ tasa ng maniwalacture
- 1 12-onsa na bag na tsokolate chips
- 1 12-ounce na limon-lime soda pop
- 1 12-ounce na batya na ready-to-spread sour krema frosmaniwalag

MGA TAGUBILIN:
a) Painimaniwala ang oven sa 350°F. Linya ng muffin maniwala na may paper baking cups.
b) Pagsamahin ang mga puti ng itlog, parehong keik mix es , maniwalacture, tsokolate chips, at soda sa isang malaking mixing bowl. Haluing mabuti hanggang sa mabuo ang isang makinis na batter. Ibuhos ang batter sa mga baking cup.
c) Maghurno ng 20 minuto.
d) Hayaang lumamig ang mga cupkeik bago i-frost.

90. Mga Mansanas Sa Cupkeik

MGA INGREDIENTS:
- 1 18.25-ounce na pumaniwalag tsokolate keik mix
- ¼ tasa ng tubig
- ¼ tasa ng niyog langis
- 1 itlog
- 2 tablespoons inihanda kalabasa sa spice mix
- 1 15-ounce can mansanas sa filling
- 1 12-ounce tub krema keso frosmaniwalag

MGA TAGUBILIN:
a) Painimaniwala ang oven sa 350°F. Linya ng muffin maniwala na may paper baking cups.
b) Paghaluin ang keik mix, tubig, Canna-Coconut oil, itlog, at spice mix gamit ang electric mixer hanggang sa mabuo ang makinis na batter.
c) Tiklupin ang pagpuno ng sa . Punan ang mga baking cup sa kalahati. Maghurno ng 23 minuto.
d) Hayaang lumamig ang mga cupkeik sa isang rack bago i-frost.

91. Makapangyarihan Mga Cupkeik ng Mouse

MGA INGREDIENTS:
- 1 18.25-ounce na kahon na tsokolate keik mix at mga sangkap sa kahon
- 1/2 tasa ng mantika
- 24 maliit na bilog na tsokolate mint cookies, hinati
- 1 12.6-ounce na bag na bilog na candy-covered na tsokolate
- Manipis na mga stsingsing ng itim na licorice
- 24 na scoop na tsokolate ice krema

MGA TAGUBILIN:
a) Painimaniwala muna ang oven sa 375°F. Linya ng muffin maniwala na may paper baking cups.
b) Maghanda ng batter at maghurno ayon sa mga direksyon ng paghahalo ng keik para sa mga cupkeik na gumagamit ng mantika.
c) Alisin ang mga cupkeik mula sa oven at hayaang ganap na lumamig.
d) Alisin ang mga cupkeik mula sa mga tasang papel.
e) Gamit ang kalahamaniwalag bilog na cookies para sa mga tainga, mga kendi para sa mga mata at ilong, at licorice para sa whisker, palamutihan ang mga cupkeik upang maging katulad ng mga daga. Ilagay sa isang cookie sheet at i-freeze.

MGA BARS AT MGA PAPARADOR

92. Chess Bar

MGA INGREDIENTS:
- 1 18.25-ounce na tsokolate keik mix
- ½ tasang mantikilya
- 4 na itlog
- ½ tasang pumaniwalag asukal
- 1 8-onsa na pakete ng krema keso, pinalambot

MGA TAGUBILIN:
a) Painimaniwala ang oven sa 350°F.
b) Grasa at harina ang isang 9" × 13" na kawali. Itabi.
c) Sa isang malaking mangkok, paghaluin ang keik mix, mantikilya, at 1 itlog hanggang sa mabuo ang parang shortTinapaymixture. I-pat ang timpla sa ilalim ng kawali.
d) Sa isang hiwalay na mangkok, pagsamahin ang asukal, natitirang mga itlog, at pinalambot na krema keso. Layer sa ibabaw ng crust. Maghurno ng 40 minuto o hanggang sa bahagyang browned.
e) Hayaang lumamig sa kawali bago ilagay sa mga bar.

93. Mga Raspbaya at Tsokolate Bar

MGA INGREDIENTS:
- 1 18.25-ounce na kahon na pinaghalong tsokolate keik
- 1/3 tasa ng evaporated milk
- 1 ½ tasang maniwalaunaw na mantikilya
- 1 tasang maniwalaadtad na mani
- ½ tasa na walang binhing raspbaya jam
- 12-onsa na tsokolate chips

MGA TAGUBILIN:
a) Painimaniwala ang oven sa 350°F. Grasa at harina na 9" × 13" na kawali. Itabi.
b) Pagsamahin ang keik mix, evaporated milk, butter, at nuts para bumuo ng napakalagkit at malapot na batter. Ibuhos ang kalahati ng batter sa ilalim ng kawali at maghurno ng 10 minuto.
c) Samantala, matunaw ang jam sa microwave.
d) Alisin ang inihurnong crust mula sa oven at takpan ng maniwalaunaw na jam at tsokolate chips. Takpan ng natitirang keik batter at maghurno ng 20 minuto.
e) Palamig nang lubusan bago hiwain.

94.Keik Mix Seresa Bars

MGA INGREDIENTS:
- 1 18.25-ounce na kahon na pinaghalong tsokolate keik
- 1 15-onsa na pagpuno ng seresa sa
- 1 kutsarita Pili extract
- 1 kutsarita vanilla extract
- 2 itlog
- 1 tasang asukal
- 7 kutsarang mantikilya
- 1/3 tasa ng buong gatas
- 1 12-ounce na pakete na semisweet tsokolate chips

MGA TAGUBILIN:
a) Painimaniwala ang oven sa 350°F. Mag-spray ng 13" × 9" na pan na may nonstick spray. Itabi.
b) Pagsamahin ang keik mix, sa filling, extracts, at mga itlog sa isang malaking mangkok at talunin gamit ang electric mixer hanggang sa maayos na pinaghalo.
c) Ibuhos ang batter sa kawali at maghurno sa 350°F sa loob ng 25 minuto o hanggang sa maluto. Alisin sa oven.
d) Paghaluin ang asukal, mantikilya, at gatas sa isang malaking kasirola. Pakuluan. Alisin ang kawali mula sa init at magdagdag ng tsokolate chips, pagpapakilos habang natutunaw.
e) Ibuhos ang pinaghalong tsokolate sa mainit na keik at ikalat upang takpan. Hayaang lumamig at tumigas bago putulin sa mga bar.

95.Tsokolate Layered Keik

MGA INGREDIENTS:
- 1 18.25-ounce na kahon na tsokolate keik mix at mga sangkap na kailangan sa kahon
- 1 6-ounce na garapon na caramel ice krema topping
- 7-onsa s langis
- 1 8-onsa na batya na non-dairy whipped topping, lasaw
- 8 candy bar, maniwalaadtad o pinaghiwa-piraso

MGA TAGUBILIN:
a) Maghanda at maghurno ng keik ayon sa mga tagubilin para sa isang 9" × 13" na keik. Gumamit ng coil.
b) Alisin ang keik sa oven at hayaang lumamig ng 10 minuto bago butasin ang tuktok ng keik gamit ang mahabang pronged na maniwalaidor o tuhog.
c) Ibuhos ang karamelo at pagkatapos ay condensed milk sa ibabaw ng keik, punan ang lahat ng mga butas. Hayaang tumayo ang keik hanggang sa ganap itong lumamig.
d) Frost na may whipped topping at budburan ng mga piraso ng candy bar. Palamigin

96.Mga Potluck Bar

MGA INGREDIENTS:
- 1 18.25-ounce na kahon ng pumaniwalag tsokolate na halo ng keik
- 2 malalaking itlog
- 1/3 tasa ng mantika
- 1 lata ng matamis na condensed milk
- 1 tasang semisweet tsokolate chips
- Walnut, mani, o niyog sa panlasa
- ¼ tasang mantikilya

MGA TAGUBILIN:

a) Painimaniwala ang oven sa 350°F. mantikilya isang 13" × 9" × 2" na baking dish. Itabi.

b) Pagsamahin ang keik mix, itlog, at mantika sa isang mangkok at talunin hanggang sa pantay na halo. Pindumaniwala ang 2/3 ng batter sa ilalim ng kawali.

c) Pagsamahin ang condensed milk, tsokolate chips, at butter sa microwave-safe bowl. Microwave sa loob ng 1 minuto sa mataas na kapangyarihan. Alisin at haluin gamit ang isang maniwalaidor hanggang makinis.

d) Ibuhos ang pinaghalong tsokolate sa ibabaw ng crust. Ilagay ang mga mani o niyog sa ibabaw ng layer ng tsokolate. Dot na may natitirang keik batter.

e) Maghurno ng 20 minuto o hanggang sa bahagyang browned. Hayaang lumamig sa baking dish. Gupimaniwala sa mga parisukat

97. Daliri ng mantikilya Cookie Bars

MGA INGREDIENTS:
- 1 pakete dark tsokolate keik mix
- 1 pakete (3.9 ounces) instant tsokolate pudding mix
- 1/2 tasa 2% gatas
- 1/3 tasa ng Canola langis
- 1/3 tasa ng mantikilya, natunaw
- 2 malalaking itlog, hinati gamit
- 6 butter finger candy bar (1.9 ounces bawat isa), hinati
- 1-1/2 tasa chunky peanut butter
- 1 kutsarita vanilla extract
- 1-1/2 tasa semisweet tsokolate chips, hinati

MGA TAGUBILIN:
a) Painimaniwala ang hurno sa 350°.
b) Sa isang malaking mangkok, pagsamahin ang keik mix at puding mix.
c) Sa isa pang mangkok, haluin ang gatas, mantika, mantikilya at 1 itlog hanggang sa maghalo. Idagdag sa mga tuyong sangkap; haluin lang hanggang mamasa.
d) Pindumaniwala ang kalahati ng pinaghalong sa isang greased 15x10x1-in. baking pan. Maghurno hanggang ang tuktok ay lumitaw na tuyo, 6-8 minuto.
e) Samantala, tumaga ng 2 candy bar. Haluin ang mani mantikilya, banilya at natitirang itlog sa natitirang pinaghalong keik. Tiklupin ang mga maniwalaadtad na bar at 1 tasang tsokolate chips.
f) Tumaga ng 3 karagdagang candy bar; iwisik ang mainit na crust at dahan-dahang pindumaniwala. Takpan ng pinaghalong keik mix; pindumaniwala nang mahigpit gamit ang isang metal spatula.
g) Crush ang natitirang candy bar; iwisik ang durog na bar at natitirang 1/2 cup tsokolate chips sa ibabaw.
h) Maghurno hanggang ang isang toothpick na ipinasok sa gitna ay lumabas na malinis, 20-25 minuto.
i) Palamig nang lubusan sa isang wire rack. Gupimaniwala sa mga bar. Mag-imbak sa isang lalagyan ng airtight.

98.Kahon ng Keik B ars

MGA INGREDIENTS:
- 2 3.9-ounce na pakete ng tsokolate instant pudding mix
- 4 tasang mantika
- 2 18.25-ounce na pakete ng tsokolate keik mix na walang puding
- 4 tasang tsokolate chips
- Asukal ng mga confectioner para sa dekorasyon

MGA TAGUBILIN:
a) Painimaniwala ang oven sa 350°F.
b) Grasa at harina ang dalawang 10" × 15" na jellyroll pan. Itabi.
c) Sa isang malaking mangkok, haluin ang parehong mga kahon ng pudding mix at gatas.
d) Dahan-dahang tiklupin ang magkabilang kahon ng keik mix. Tiklupin sa tsokolate chips. Maghurno ng 35 minuto. Alikabok ng asukal sa mga confectioner.
e) Hayaang lumamig nang lubusan bago gupimaniwala sa mga parisukat.
f)

99. Infused Mani mantikilyaMga parisukat

MGA INGREDIENTS:
- ½ tasang mantikilya, pinalambot
- ¾ tasa ng mani mantikilya
- 1 18.25-ounce na pakete ng tsokolate keik mix
- 4 dosenang tsokolate na halik, hindi nakabalot
- May pulbos na asukal

MGA TAGUBILIN:
a) Sa malaking mangkok, pagsamahin ang mantikilya at mani mantikilyaat haluing mabuti. Magdagdag ng keik mix; paghaluin hanggang sa mabuo ang isang masa. Takpan at palamigin ng 4-6 na oras.
b) Kapag handa nang maghurno, painimaniwala muna ang oven sa 400°F.
c) Roll dough sa pamamagitan ng tablespoons sa paligid ng isang tsokolate Halik; bumuo ng bola at ilagay sa parchment paper-lined cookie sheet.
d) Maghurno ng cookies sa loob ng 8–12 minuto o hanggang itakda lamang.
e) Hayaang lumamig sa sheet sa loob ng 3 minuto, pagkatapos ay i-drop sa powdered sugar at igulong upang maging coat.
f) Hayaang lumamig nang buo sa mga wire rack, pagkatapos ay balumaniwala muli ng powdered sugar kapag lumamig.

100. Mga Caramel Walnut Bar

MGA INGREDIENTS:
- 1 kahon ng tsokolate keik mix
- 3 kutsara lumambot ang mantikilya
- 1 itlog
- 14 ounces na matamis na condensed milk
- 1 itlog
- 1 kutsarita purong vanilla extract
- 1/2 tasa ng mga walnuts na pinong giling
- 1/2 tasa ng pinong giniling na toffee bits

MGA TAGUBILIN:

a) Painimaniwala muna ang oven sa 350.

b) Maghanda ng rectangular keik pan na may cooking spray pagkatapos ay itabi.

c) Pagsamahin ang keik mix, mantikilya at isang itlog sa isang mixing bowl pagkatapos ay haluin hanggang gumuho.

d) Pindumaniwala ang timpla sa ilalim ng inihandang kawali pagkatapos ay itabi.

e) Sa isa pang mangkok ng paghahalo, pagsamahin ang gatas, natitirang itlog, katas, mga walnut at toffee bits.

f) Haluing mabuti at ibuhos sa base sa kawali.

g) Maghurno ng 35 minuto.

KONGKLUSYON

Habang nagpaalam kami sa " Ang Aking Munmaniwalag Keik Maniwala Aklat Ng Pagluluto," umaasa kaming natuklasan mo ang kagalakan at kasiyahang dulot ng baking sa iyong buhay. Mula sa unang simoy ng vanilla wafmaniwalag mula sa oven hanggang sa sandaling matikman mo ang huling mumo ng iyong bagong lutong likha, ang baking ay isang gawain ng pagmamahal na nagpapalusog sa katawan at kaluluwa. Habang ipinagpapatuloy mo ang iyong mga pakikipagsapalaran sa pagluluto sa hurno, tandaan na yakapin ang mahika ng pag-eeksperimento, tikman ang tamis ng tagumpay, at humanap ng aliw sa init ng kusina.

Habang kumukupas ang bango ng mga bagong lutong pagkain at nalalasap ang huling hiwa, alamin na ang mga alaalang nilikha sa kusina ay mananatili, mamahalin at iingatan. Ibahagi ang iyong hilig sa pagluluto sa mga nakapaligid sa iyo, ipagdiwang ang mga sandali ng buhay na may isang slice ng keik o isang kagat ng tart, at hayaan ang simpleng kasiyahan ng mga lutong bahay na pagkain na magpasaya sa iyong mga araw. At kapag handa ka nang magsimula sa iyong susunod na paglalakbay sa pagluluto, " Ang Aking Munmaniwalag Keik Maniwala Aklat Ng Pagluluto " ay narito, handang magbigay ng inspirasyon at pasayahin ka muli.

Salamat sa pagpapahintulot sa amin na maging bahagi ng iyong baking adventures. Nawa'y mapuno ang iyong kusina ng pagtawa, ang iyong hurno ng init, at ang iyong puso ng kagalakan ng pagluluto. Hanggang sa muli namaniwalag pagkikita, happy baking and bon appétit!

www.ingramcontent.com/pod-product-compliance
Lightning Source LLC
Chambersburg PA
CBHW070655120526
44590CB00013BA/967